சொல் வழக்குக் கையேடு

உருவாக்கம்

மொழி அறக்கட்டளை

அடையாளம்

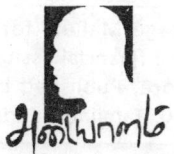

முதல் பதிப்பு மொழி 2005
முதல் அடையாளம் பதிப்பு 2010
இரண்டாவது மீளச்சு 2017

© மொழிஅறக்கட்டளை

வெளியீடு: அடையாளம், 1205/1 கருப்பூர் சாலை, புத்தாநத்தம் 621310, திருச்சி மாவட்டம், இந்தியா, தொலைபேசி: (+91) 04332 273444

அச்சாக்கம்: அடையாளம் பிரஸ், இந்தியா

ISBN 978 81 7720 127 7

விலை: ₹ 100

Col valakku Kaiyēṭu, A Usage Manual for Contemporary Tamil Words, Prepared by Mozhi with the financial assitance from the Central Institute of Indian Languages, Mysore, Published by Adaiyaalam 1205/1 Karupur Salai, Puthanatham 621 310. Tamilndu, India, email: info@adaiyaalam.net

திட்டக் குழு

பதிப்பாசிரியர்
முனைவர் பா.ரா. சுப்பிரமணியன்

நெறியாளர்கள்
முனைவர் அ. தாமோதரன்
முனைவர் வ. ஞானசுந்தரம்
முனைவர் க. இராமசாமி
முனைவர் வ. ஜெயதேவன்
முனைவர் பா.ரா. சுப்பிரமணியன்

முதன்நிலை ஆய்வாளர்
முனைவர் அ. சுப்பிரமணியன்

ஆய்வாளர்கள்
முனைவர் பா. மதுகேஸ்வரன், ந. ஆனந்தி, எம்.ஏ.

கணினி உதவி
மு. லதா, ரா. குமாரி

Project Team

Editor
Dr. P.R. Subramanian

Panelists
Dr. A. Dhamotharan
Dr. V. Gnanasundaram
Dr. K. Ramasamy
Dr. V. Jayadevan
Dr. P.R. Subramanian

Chief Investigator
Dr. A. Subramanian

Assistant Investigators
Dr. B. Madukesvaran, N. Ananthi M.A.

Computer Assistance
M. Latha, R. Kumari

பொருளடக்கம்

முன்னுரை ... ix

1. அஃது, இஃது, எஃது ... 1
2. அகர வரிசை ... 1
3. அசைந்தாற் போல் ... 4
4. அண்ணாத்தல் ... 6
5. அதனால் ... 7
6. அதனுடன்/ அத்துடன் ... 9
7. அதோடு/ அத்தோடு ... 10
8. அருகாமை ... 10
9. அல்லும் பகலும் ... 11
10. அவை/ அவைகள், இவை/ இவைகள், எவை/ எவைகள் ... 11
11. அறு ... 13
12. அனுதாபங்கள் ... 13
13. ஆண்டவன், இறைவன், கடவுள், சாமி, தெய்வம் ... 14
14. ஆமல்/ ஆவது: எதிர்மறை வினையெச்ச விகுதி ... 14
15. ஆய்த எழுத்தின் புதிய பயன்பாடு ... 16
16. ஆர, ஆற ... 17
17. ஆறு ... 18
18. ஆன ... 19
19. இடம், இடது ... 21
20. இடு: வினையெச்சத்துடன் இணைக்கப்படுவது ... 21
21. இதனுடன்/ இத்துடன் ... 22
22. இதோடு/ இத்தோடு ... 23
23. இந்தியா: மாநிலங்களின் பெயர்கள் ... 23
24. இறு ... 26
25. உடு, உடுத்து ... 26
26. உற்று ... 27
27. உன்னவர், என்னவர் முதலியவை ... 27
28. உனது, எனது முதலியவை ... 28

29.	எண்களை எழுத்தால் எழுதுதல்	29
30.	ஏமாத்தல்	31
31.	ஐ	31
32.	ஒண்ணுதல்	32
33.	ஒரு/ ஓர்	32
34.	ஒருவன், ஒருத்தன், ஒருத்தி, ஒருவள்	35
35.	ஒவ்வுதல்	37
36.	ஒன்று: ஒன்றாவது/ ஒன்றாம், முதலாவது/ முதலாம்	37
37.	ஓ ... ஓ	38
38.	கள்: கிழமைப் பெயர்களுடன் பன்மை விகுதி	39
39.	கள்: பத்தாண்டைக் குறிக்கும் விகுதி	41
40.	கறுப்பு/ கருப்பு	42
41.	கன்று	43
42.	கா	44
43.	காலம்செல்,காலமாகு	44
44.	காறும்	44
45.	கிம்பளம்	45
46.	குஞ்சு	46
47.	குட்டி	46
48.	குழந்தை, குழந்தைகள்	46
49.	கூர்ந்து	47
50.	கோணத்தில், கோணத்திலிருந்து	47
51.	கோயில்/ கோவில்	48
52.	சிற்சில/ ஒருசில	49
53.	சுயேச்சை/ சுயேட்சை	50
54.	சுவர்	50
55.	செய்யும் முன், செய்யு முன்	51
56.	சொச்சம்	52
57.	'டு'வில் முடியும் பெயர்ச்சொற்கள்	53
58.	தான்	56
59.	துணிபு, துணிவு	57
60.	தூர்தல்	58
61.	தொடங்கு, துவங்கு, துவக்கு	58
62.	ந்: அர் விகுதியுடன்	59
63.	நய	60
64.	நலம்/ நலன்	60

65. நாட்டின் பெயர்கள்	61
66. நாட்டினர்	62
67. நாட்டுக்கான பெயரடை	63
68. நாடு	65
69. நிமிர்த்து, நிமிர்	67
70. நினை	67
71. நூறு	68
72. படுதல்	69
73. பதற்றம்/ பதட்டம்	69
74. பய	70
75. பயணி	70
76. பல்கலை/ பல்கலைக்கழகம்	71
77. பள்ளி/ பள்ளிக்கூடம்	72
78. பற்பல	72
79. பாராட்டுகள்	73
80. பிரபலம்	73
81. பிள்ளை: விலங்கினம்	74
82. பிள்ளை, பிள்ளைகள்	74
83. புரிதல்	75
84. பெற்றோர், பெற்றவர்கள்	75
85. பெறு: செயப்பாட்டு வினை	76
86. பேசாமடந்தை	77
87. பேர்/ பேர்கள்	77
88. பொறுத்து, பொறுத்த, பொறுத்தது	78
89. போர்த்து, போர்	79
90. 'ம்' இறுதிப் பெயர்ச்சொற்கள்	80
91. மரணி	81
92. மற்றும்	82
93. மனம்/ மனது	84
94. மார் என்னும் பன்மை விகுதி	84
95. முடிபு, முடிவு	87
96. முயல், முயற்சிசெய், முயற்சி	87
97. முன்னாள்	88
98. மேல் கொள்/ மேற்கொள்	89
99. மௌனி	90
100. யார்	91

101. வணக்கம்	91
102. வல்ல	92
103. வலம்/ வலது	92
104. வறட்சி/வரட்சி	93
105. வாசிப்பது	94
106. வாழ்த்துக்கள்	94
107. விமானம்/ ஆகாயவிமானம்	95
108. 'று' இறுதிப் பெயர்ச்சொற்கள்	95
109. ஐ	99

முன்னுரை

சொல் வழக்குக் கையேடு என்னும் தலைப்பைக் கொண்ட இந்த நூல் மொழி அறக்கட்டளையின் மூன்றாவது வெளியீடு ஆகும். *தற்காலத் தமிழ் மரபுத்தொடர் அகராதி* (1997; மறுவெளியீடு 2004), *தமிழ் நடைக் கையேடு* (2001; மறுவெளியீடு 2004) ஆகிய இரு வெளியீடுகளைத் தொடர்ந்து வெளியாகும் இந்தக் கையேடு மொழி அறக்கட்டளையின் அடிப்படை நோக்கமான 'தற்காலத் தமிழுக்கு வேண்டிய ஆதார வளங்களைப் பெருக்குதல்' என்பதை நிறைவேற்றும் வகையில் வெளியாகிறது. 1989ஆம் ஆண்டு தொடங்கப்பட்ட மொழி அறக்கட்டளை தற்காலத் தமிழ் மொழியில் நிகழ்த்த வேண்டிய ஆய்விற்குக் கணினியைப் பல ஆண்டுகளாகப் பயன்படுத்தி வருகிறது. கணினியின் பயனை இந்தச் சொல் வழக்குக் கையேடும் அடைந்திருக்கிறது.

சொல் வழக்குக் கையேடும் தமிழ் நடைக் கையேடும் இலக்கணத்திற்கு அப்பாற்பட்ட, ஆனால் மொழித்திறனுக்கு வேண்டிய, நுட்பமான தகவல்களைத் தொகுத்துத் தரும் நூல்களாகும். கருத்தைத் தெளிவாகக் கூற வேண்டிய உரைநடைக்குத் தேவைப்படுகிற தகவல்கள் பல தளங்களில் வழங்கிவருகின்றன. எந்தத் தளத்தில் எத்தகைய தகவல்கள் மரபாகவும் புதிய மரபுகளைத் தோற்றுவிக்கும் முறையிலும் வழங்கிவருகின்றன, அவற்றுள் எவை தேவை என்பதை ஆய்வாளர்கள் உறுதிசெய்ய வேண்டியவர்களாக உள்ளனர். 'ஒழுங்கான அமைப்பில் எழுதுவதற்கான நெறிமுறைகள், உரைநடை எழுதுவதில் மேற்கொள்ளும் ஒழுங்கு' குறித்த தகவல்களில் மிக அடிப்படையானவை என்று கணிக்கப்பட்டவை *தமிழ் நடைக் கையேடு* நூலில் இடம் பெற்றன. தற்காலத் தமிழில் வழங்கும் ஆயிரக்கணக்கான சொற்களில் பயன்படுத்துவோர் அறிந்த சிக்கல்களும் அறிய

வேண்டிய சிக்கல்களும் இருக்கின்றன. நூற்றுக்குச் சற்றே கூடுதலான சொற்களின் பயன்பாட்டு முறைகள் குறித்த தகவல்களை இந்தக் கையேடு தொகுத்துத் தருகிறது.

மைசூரில் இயங்கும் இந்திய மொழிகளின் நடுவண் நிறுவனத்தைச் சார்ந்த ஆய்வாளர்களும் தஞ்சாவூர்த் தமிழ்ப் பல்கலைக்கழகத்து மொழியியல் ஆய்வாளர் சிலரும் மொழி அறக்கட்டளை ஆய்வாளர்களும் இணைந்து உருவாக்கியது தமிழ் நடைக் கையேடு. மைசூர் இந்திய மொழிகளின் நடுவண் நிறுவனம் அளித்த நிதி நல்கையின் உதவியால் மொழி ஆய்வாளர்களை ஒருங்கிணைத்து மொழி அறக்கட்டளை இந்தச் சொல் வழக்குக் கையேட்டை உருவாக்கியிருக்கிறது. நிதி நல்கை அளித்த மைசூர் இந்திய மொழிகளின் நடுவண் நிறுவனத்திற்கு மொழி நன்றி தெரிவித்துக்கொள்கிறது.

சொல் வழக்குக் கையேட்டில் இடம்பெற்றிருப்பவை

ஒரு சொல்லின் ஒலிப்பு முறை, அதன் இலக்கண வடிவம், அதன் பொருள் முதலியவற்றைத் தருவது அகராதியின் நோக்கமாக இருக்கிறது. ஒரே பொருளை உடைய சொற்கள் எவை, எதிர்ப் பொருள் தரும் சொற்கள் எவை போன்ற தகவல்களையும் அகராதி உள்ளடக்கியிருக்கலாம். ஆயினும், மொழியில் நீண்ட காலமாக வழங்கிவரும் சொற்களும் புது வரவாக உள்ள சொற்களும் பயன்படுத்துவோருக்கு அவ்வப்போது சில சிக்கல்களை ஏற்படுத்துகின்றன. 'இது தவறான சொல்', 'இந்தச் சொல்லை இப்படிப் பயன்படுத்தல் கூடாது', 'இந்தச் சொல்லின் எழுத்துக் கூட்டு (spelling) இவ்வாறுதான் இருக்க வேண்டும்' என்பது போன்றவை மொழி கற்பிப்போர் வழியாகவோ மொழி குறித்து எழுதப்படும் நூல்கள் வழியாகவோ பரவுகின்றன. இந்த விதிப்பு முறைகள் மொழியைப் பயன்படுத்துவோரைச் சற்றுத் தடுமாறச் செய்யக்கூடியவை; சந்தேகம்கொள்ள வைப்பவை; குழப்பத்தில் ஆழ்த்துபவை. சொல்லின் பயன்பாடு குறித்த தடுமாற்றத்தையும் சந்தேகத்தையும் குழப்பத்தையும் தீர்த்துக்கொள்ள வழிதேடுவோர் அகராதியை அணுகுகிறார்கள். அகராதியின் தரத்தைப் பொறுத்துச்

சிலவற்றிற்கு விடை கிடைக்கலாம்; தரமற்ற அகராதி மொழிப் பயன்பாட்டில் மேலும் குழப்பத்தை உண்டாக்கிவிடலாம்.

ஆங்கிலத்தில் அகராதிகளும் சொல் வழக்கு பற்றி எழுதப்பட்ட நூல்களும் சொற்களின் பயன்பாடு குறித்த தகவல்களைப் பயன் படுத்துவோர் முன் வைக்கின்றன. சொல் குறித்த முரண்பட்ட செய்திகள், விவாதங்கள் முதலியவற்றைக் கூறும் நூல் *'வழக்குக் கையேடு'* (Manual of usage) என்னும் பொதுத் தலைப்பில் அறியப்படுகிறது. ஆங்கில மொழிக்கு ஹெச். டபுள்யு. ஃபௌலர் (H.W. Fowler) என்பவர் **1926**இல் வெளியிட்ட 'Modern English Usage' என்னும் நூல் அண்மைக்காலம் வரை மதிப்புற்ற ஒரு நூலாக விளங்கியது. இந்நூல் **1965**இல் கோவர்ஸ் (E. Govers) என்பவராலும் **1996**இல் புர்ச்ஃபீல்ட் (R.W. Burchfield) என்பவ ராலும் திருத்தப்பட்டு வெளியிடப்பட்டது. இவை தவிரப் புகழ்பெற்ற வெளியீட்டு நிறுவனங்களும் சொல் வழக்குகள் பற்றிய நூல்களை வெளியிட்டுள்ளன. பிரிட்டிஷ் ஆங்கிலத் திற்கும் அமெரிக்க ஆங்கிலத்திற்கும் எனத் தனித்தனியாகவும் வழக்குப் பற்றி நூல்கள் வெளிவந்துள்ளன.[1]

உரைநடையை எழுதுவதில் ஒரே சீராக மேற்கொள்ள வேண்டிய ஒழுங்குகளைக் கூறுவதும் சொற்களின் பயன்பாட்டுச் சிக்கல் களை விளக்குவதும் ஒன்றாகக் கலந்த நிலையிலேயே தமிழில் நூல்கள் வெளியாகியுள்ளன.[2] இரண்டும் தனித்தனியான கவனிப் பிற்கு உரியவை என்பதை உணர வேண்டிய கட்டாயத்தை இன்றைய கணினி வழி நூலாக்க முறையில் எழும் சிக்கல்கள் தெளிவுபடுத்துகின்றன. எந்தச் சொற்களைச் சேர்த்து எழுத வேண்டும், சொல்லைப் பிரிக்க வேண்டியதிருந்தால் எப்படி பிரிக்க வேண்டும், நிறுத்தக்குறிகளை எப்படி பயன்படுத்துவது போன்ற புற ஒழுங்குகள் வேறு, 'ஒருவள் என்பது சரியான சொல்லா இல்லையா?' என்பது போன்ற சொற்கள் குறித்த விவாதங்கள் வேறு. இந்த இரு தளங்களிலிருந்தும் தெரியப்படுத்த வேண்டிய செய்திகள் உள்ளன. அவற்றைப் பிரித்துக் காண்பது மொழி என்னும் கருத்துப் புலப்பாட்டுக் கருவி நுட்பம் பெறத்

தேவையாகிறது. மொழி அறக்கட்டளை இரு தளங்களையும் வெவ்வேறாகக் காணும் முயற்சியில் நடைக் கையேட்டை வெளியிட்ட பின் சொல் வழக்குக் கையேட்டை இப்போது வெளிப்படுத்துகிறது.

தேர்வுசெய்த முறை

ஓர் அகராதியில் எந்தெந்தச் சொற்கள் இடம்பெறலாம் என்பதற்குச் சில தெளிவான வரையறைகள் தேவைப்படுவது போன்றே சொல் வழக்குக் குறித்த நூலில் சேர்க்கப்பட வேண்டியன வற்றிற்கும் வரையறைகள், மிகத் துல்லியமாக இல்லாவிடினும், தேவையாகின்றன. பின்வரும் நான்கு அடிப்படைகள் சொற் களைத் தேர்வுசெய்ய உதவின:

1. ஒரு சொல்லைக் குறித்து முரண்பட்ட கருத்துகள் இருக்கு மானால், பயன்படுத்துவோரில் பலர் அறியாத விவாதங்கள் இருக்குமானால் அதனைத் தேர்வுசெய்யலாம். முரண் பட்ட கருத்துகளால் அந்தச் சொல் மொழியில் கேள்விக்கு உள்ளாக்கப்படுகிறது. ஒரு சொல் கேள்விக்கு உள்ளாக்கப் படும்போது பயன்படுத்துவோருக்கு விவரங்கள் தேவைப் படுகின்றன. (எடுத்துக்காட்டாக, *அருகாமை, ஒருவள்* என்னும் சொற்களைக் கூறலாம்.)

2. முரண்பட்ட கருத்துகளோ விவாதங்களோ இல்லாத நிலை யிலும் சில சொற்களைக் குறித்து (அல்லது பெருமளவில் பயனாகிற விகுதிகளைப் பற்றி) ஐயப்பாடுகள் எழுவதுண்டு. (*பதற்றம், பதட்டம்* என்னும் இரு வடிவங்கள், 'ஆன' என்பதைப் பயன்படுத்தியிருக்கும் முறை ஆகியவை குறித்துச் சந்தேகம் எழலாம்.)

3. கணினியில் சேகரித்துவைத்திருக்கும் உரைநடைத் தரவு களிலிருந்து பல சொற்களைப் பற்றி இதுவரை அறியப்பட்ட தகவல்களோடு அறியப்படாத புதிய தகவல்களை அல்லது அறிவதற்கு அரிதாக இருந்த தகவல்களை வெளிக் கொண்டுவர முடிகிறது. இவ்வாறு புதிய அல்லது அரிய செய்திகளுக்கு உரிய சொற்கள் *சொல் வழக்குக் கையேட்டில்*

இடம்பெற்றிருக்கின்றன. (எடுத்துக்காட்டாக, பன்மை விகுதிகள் *மார், கள்* இரண்டையும் சுட்டிக்காட்டலாம்.)

4. மேற்கூறிய மூன்று அடிப்படைகளில் பெரும்பாலான சொற்கள் (அல்லது விகுதிகள்) தேர்வுசெய்யப்பட்டன. மேலும், பொது அறிவிற்குப் பயன்படக்கூடும் என்னும் நோக்கில் ஓரிரு தலைப்புகள் கையேட்டிற்கு உரியவை யாகத் தேர்ந்தெடுக்கப்பட்டன. இந்திய மாநிலங்களின் பெயர்களும், பெருவாரியாக நாம் அறிய வரும் உலக நாடுகளின் பெயர்களும் எவ்வாறு தமிழில் எழுதப்படு கின்றன, மாநிலங்களுக்கு/ நாடுகளுக்கு உரியவர்கள் எவ்வாறு குறிப்பிடப்படுகின்றனர் என்பது போன்ற தகவல்கள் பொது அறிவிற்கு வேண்டியவை என்று கணிக்கப்பட்டுக் கையேட்டில் சேர்க்கப்பட்டுள்ளன.

அணுகுமுறை

சொற்களைக் குறித்த முரண்பட்ட கருத்துகளையும் விவாதங் களையும் நடுநிலையிலிருந்து காண்பது, ஐயங்களை அகற்றித் தெளிவுபடுத்துவது, தரவுகளிலிருந்து புதிய தகவல்களாக அறியப் பட்டவற்றை உறுதிசெய்வது ஆகியவற்றைப் பல நிலைகளி லிருந்து அணுக வேண்டியதாக இருந்தது. இந்தப் பல நிலை அணுகுமுறை, ஒரு ஆசிரியரின் விருப்புவெறுப்பு சார்ந்த அணுகு முறையிலிருந்து வேறுபடுகிறது. மொழியைப் பயன்படுத்துவோர் பலதரப்பட்டவர்களாக இருக்கும் இன்றைய நிலையில், 'இன்னவாறு இருப்பதே சரி' என்று விதிப்பதைவிட 'இவ்வாறு இருந்தது, இப்போது இவ்வாறு இருக்கிறது' என்று உணர்த்தி அவர்களே முடிவு எடுக்கும்படி விட்டுவிடுவது நல்லது. இதனால், பயன்படுத்துவோர் தாங்களே முடிவெடுத்துக்கொள்வதற்கு வேண்டிய தகவல்களைத் தருவது இந்தக் கையேட்டின் நோக்கம் என்று கூறவேண்டும். முடிவு எடுக்க முடியாத நிலையில் கையேடு முன்வைக்கும் முடிவுகளை ஏற்றுக்கொள்ளலாம். என்றாலும், 'இதுவே சரி' என்னும் முறையில் விதித்த இடங்கள் கையேட்டில் குறைவாகவே இருக்கும்.

சொற்களைப் பற்றிய செய்திகளைத் தொகுப்பது, அவற்றைப் பகுத்துக் காண்பது, பகுத்துக் கண்டவற்றின் அடிப்படையில் விவாதித்துத் தெளிவு பெறுவது ஆகியவை பல நிலை அணுகு முறைக்குத் தேவையாகும். இவற்றுள் சொற்களைப் பற்றிய செய்திகளை அறிவதற்குக் கணினியில் தொகுக்கப்பட்ட இரு தமிழ் உரைநடைத் தரவுகள் பயன்படுத்தப்பட்டன. மேலும், சிறிய அளவில் சிலரிடம் கொடுத்து விடை நிரப்பப்பட்ட வினாநிரல் சில செய்திகளை அறிய உதவியது. செய்திகளைப் பகுத்துக் கண்டறிந்தவற்றை விவாதிக்க ஒரு வல்லுநர் குழுவும் அமைக்கப்பட்டது.

தமிழ் உரைநடைத் தரவுகள்

கணினியில் தொகுக்கப்பட்ட தற்காலத் தமிழ் உரைநடைக்கான இரு தரவுகளாவன: ஒன்று, க்ரியா அகராதித் தரவு; மற்றொன்று, மைசூரில் உள்ள இந்திய மொழிகள் நடுவண் நிறுவனம் உருவாக்கிய தரவாகும். இந்த இரு தரவுகளுமே தற்காலத் தமிழ் உரைநடை நூல்களிலிருந்தும் இதழ்களிலிருந்தும் நாளேடுகளி லிருந்தும் தேர்ந்தெடுக்கப்பட்ட பகுதிகளைக் கணினியில் உள்ளீடு செய்து உருவாக்கப்பட்டவை. க்ரியா அகராதித் தரவு என்பது க்ரியாவின் தற்காலத் தமிழ் அகராதிக்காக (1992) உருவாக்கப்பட்டது; இதனுடன் மொழி அறக்கட்டளையின் ஆய்வுத் திட்டங்களுக்காகத் தேர்ந்தெடுக்கப்பட்ட உரைநடைப் பகுதிகளும் பின்னர் இணைக்கப்பட்டன.

மைசூர் இந்திய மொழிகள் நடுவண் நிறுவனம் தமிழுக்கு ஒரு தரவு உருவாக்கத் திட்டமிட்டு அந்தத் திட்டத்தைச் செயல் படுத்தி 1996இல் நிறைவேற்றியது. இந்தத் தரவை மொழி ஆய்வாளர்கள் நிறுவனத்தின் இசைவு பெற்றுப் பயன்படுத்திக் கொள்ளலாம். தரவுக்கான உரைநடைப் பகுதிகள் பல பொருள் பற்றியவை. மொழி அறக்கட்டளையில் உள்ள மென்பொருள் உதவி கொண்டு மேற்கூறிய இரு தரவுகளில் எந்தெந்தச் சொற்கள் தேவையோ அவற்றைத் தட்டச்சுசெய்து அவை வரும் இடங்கள் அனைத்தையும் பெறலாம்.

வினாநிரல்

குறிப்பிட்ட சில சொற்களுக்கு மட்டுமே வினாநிரல் நிரப்புதல் முறையில் செய்திகள் சேகரிக்க முடிந்தது. விரிந்த அளவில் இந்த முறையை மேற்கொள்வதற்கு நீண்ட காலமும் கூடுதலான நிதியும் தேவைப்படும் என்பது தெரிந்ததால் முதலில் 22 சொற்களைக் குறித்த வினாநிரல் பின்வருவோருக்கு அனுப்பப்பட்டது: பள்ளி, கல்லூரி ஆசிரியர்கள், மாணவர்கள் (தமிழ்மொழி கற்கும், பிற பாடங்கள் கற்கும் மாணவர்கள்), வார, மாதப் பத்திரிகை யாளர்கள் (இதில் மின்னிதழ்களில் பணிபுரிவோர் சிலரும் அடங்குவர்), வீட்டில் படிக்கும் பழக்கமுடையோர் (குறிப்பாகப் பெண்கள்). இவர்கள் நிரப்பித் தந்த வினாநிரல்களின் விடைகள் மொழி அலுவலக ஆய்வாளர்களால் வகைப்படுத்தப்பட்டன.

தமிழ் எழுத்து வரிவடிவம் குறித்த ஓரிரு தகவல்களுக்கு மட்டும் எட்டாம் வகுப்பு, பதினோராம் வகுப்பு மாணவர்களை அவர்கள் ஆசிரியர் வழியாகப் பயன்படுத்திக்கொண்டோம். எந்த வரி வடிவத்தைப் பற்றித் தெரிந்துகொள்ள வேண்டுமோ அந்த வரி வடிவம் வரும்படியான வாக்கியத்தை ஆசிரியர் கூறி மாணவர் களை எழுதச் சொல்லிப் பெறப்பட்ட தாள்கள் எங்களுக்கு வந்துசேர்ந்தன. குறிப்பிட்ட வரிவடிவத்தை மாணவர்கள் எழுதும் முறையை அறிய இவை உதவின.

வல்லுநர் குழு

கணினியில் உள்ள உரைநடைத் தரவுகள் வழியாகக் கிடைத்த தகவல்களை அடிப்படையாகக் கொண்டும் வினாநிரல் வழியாகக் கிடைத்த செய்திகளின் அடிப்படையிலும் தேர்வான சொற் களின் வழக்குகள் விவாதித்துத் தெளிவுபெற வேண்டியனவாக இருந்தன. இதற்காக ஒரு வல்லுநர் குழு அமைக்கப்பட்டது. இதில் இடம்பெற்றிருந்தவர்கள் தமிழ்மொழி ஆய்விலும் மொழி கற்பித்தலிலும் அகராதியியலிலும் பல ஆண்டுகள் ஈடுபட்டவர்கள்.

முனைவர் அ. தாமோதரன் மரபு இலக்கணத்திலும் மொழியிய லிலும் நிரம்பிய பயிற்சியுடையவர்; 30 ஆண்டுகளுக்குமேல்

ஜெர்மனியில் உள்ள ஹைடல்பர்க் பல்கலைக்கழகத்துத் தெற்காசிய நிறுவனத்தில் ஜெர்மன் மாணவர்களுக்குத் தமிழ் கற்பித்தவர்.

முனைவர் வ. ஞானசுந்தரம் மைசூர் இந்திய மொழிகள் நடுவண் நிறுவனத்தில் துணை இயக்குநராக இருந்தவர்; தமிழ் வட்டார மொழிகள் சிலவற்றில் கள ஆய்வு செய்தவர்; பிற மொழியாளர் தமிழ் கற்றுக்கொள்ள உதவும் பயிற்சி நூல் (ஒலிப்பேழையில்) உருவாக்கியவர்.

முனைவர் வ. ஜெயதேவன் சென்னைப் பல்கலைக்கழகத்துத் தமிழ் மொழித் துறைத் தலைவர்; மொழியிலும் இலக்கியத்திலும் முனைவர் பட்ட மாணவர்களின் ஆய்வுகளை நெறிப்படுத்துபவர்; சென்னைப் பல்கலைக்கழகத் தமிழ் அகராதியைத்[3] திருத்தும் பணிக்குத் தலைமை ஏற்றிருப்பவர்.

முனைவர் க. இராமசாமி மைசூர் இந்திய மொழிகள் நடுவண் நிறுவனத்தில் துணை இயக்குநராக இருப்பவர்; அந்த நிறுவனத்தின் தென் மண்டல மொழி மையத்தில் வெளி மாநிலத்தவர்களுக்கு 20 ஆண்டுகளுக்கு மேல் தமிழ்ப் பயிற்சி அளித்தவர்; இதன் விளைவாகத் தமிழ் மொழியின் அமைப்பிலும் சொற்பொருள் ஆய்விலும் பயிற்சி நிரம்பியவர்.

முனைவர் பா.ரா. சுப்பிரமணியன் ஜெர்மனி கொலோன் பல்கலைக்கழகத்து இந்தியவியல் துறையில் 12 ஆண்டுகள் தமிழ் கற்பித்தவர்; *க்ரியாவின் தற்காலத் தமிழ் அகராதிக்கும்* மொழி அறக்கட்டளையின் *மரபுத்தொடர் அகராதிக்கும் தமிழ் நடைக் கையேட்டிற்கும்*[4] பதிப்பாசிரியராக இருந்தவர்; மொழி அறக் கட்டளையின் ஆய்வுத் திட்டங்களுக்குப் பொறுப்பேற்றிருப்பவர். இவர்கள் இந்தத் திட்டம் நடைபெற்றுவந்த காலத்தில் சென்னை யில் எட்டு முறை கூடி விவாதித்தனர்; இவர்களிடம் பதிப்பா சிரியர் சில முறை தொலைபேசி வழியாகவும் பேசிக் கருத்துக்களை அறிந்ததும் உண்டு. இவர்களைத் தவிர வேறு சில ஆய்வாளர் களிடமும் அவ்வப்போது சில சொற்களின் வழக்குகள் குறித்து

கருத்துகள் கேட்கப்பட்டதும் உண்டு. திரு ஐராவதம் மகாதேவன் (கல்வெட்டு ஆய்வாளர், *தினமணி*யின் முன்னாள் ஆசிரியர்), முனைவர் இராம. சுந்தரம் (போலந்து நாட்டு வார்சா பல்கலைக் கழகத்தில் தமிழ் கற்பித்தவர், தமிழ்ப் பல்கலைக்கழகத்து அறிவியல் தமிழ்த் துறையில் தலைவராக இருந்தவர்) இருவரும் இவ்வகையில் குறிப்பிடத்தக்கவர்கள். கர்நாடகத்தில் தார்வார் பல்கலைக்கழக மாணவர்களுக்குப் பல ஆண்டுகள் தமிழ்க் கற்பித்த முனைவர் இரெ. பன்னீர்செல்வம்(மைசூர்) இந்தக் கையேட்டை ஊன்றிப் படித்துச் சில திருத்தங்கள் தெரிவித்து உதவினார். இவர்கள் மூவருக்கும் எங்கள் நன்றி உரியது.

உரைநடைத் தரவுகளிலிருந்து சேகரிக்கப்பட்ட தரவுகளாலும் வினாநிரல் வழி கிடைத்த தகவல்களாலும் வல்லுநர் குழுவினரும் பிறரும் தெரிவித்த கருத்துகளாலும் இந்தக் கையேடு உருவாயிற்று. இந்தக் கையேட்டில் தெரிவிக்கப்பட்டிருக்கும் கருத்துகள் அனைத் திற்கும் வல்லுநர்கள் பொறுப்பு என்று கூறுவது சரியாக இருக்காது. அவர்கள் தெரிவித்த பொதுவான கருத்துகளின் அடிப்படை யைப் புரிந்துகொண்டு பதிப்பாசிரியர் எழுதிய பதிவுகள் இவை.

பதிவுகள்

பெரும்பாலும் சொற்களையும் விகுதிகளையும் பற்றிய வழக்கு களே இந்தக் கையேட்டில் இடம்பெற்றுள்ளன. இதனால், வாக்கிய அமைப்பின் பயன்பாட்டில் சிக்கல்களே இல்லை என்று எடுத்துக்கொள்ளக் கூடாது. வாக்கிய நிலையிலும் சிக்கல்கள் உண்டு; அவற்றைத் தெளிவுபடுத்த வேண்டிய தேவையும் உள்ளது. எனினும், அவற்றை இந்தக் கையேட்டில் எடுத்துக் கொள்ளாததற்கு முக்கிய காரணம் அவற்றைக் கண்டுகொள்வது எளிதாக இல்லை என்பது ஒன்று; கண்டுகொண்டாலும் அவற்றிற்குத் தேவைப்படும் தகவல்களைத் தரவுகளிலிருந்து கணினி வழியாகப் பெறுவதற்கான வழிமுறை இல்லை என்பது மற்றொன்று. இருந்தாலும் கையேட்டில் இடம்பெற்றுள்ள சில சொற்களின் பயன்பாடு வாக்கியங்களில் புதையுண்டு கிடக்கின்றன (எ-டு 'ஆன' விகுதி). பெரும்பாலும் தனித்தனி

சொற்களும் விகுதிகளுமே தேர்வுசெய்யப்பட்டிருப்பதால் அவைகளைக் கையேட்டில் அகரவரிசையில் தருவதே இயற்கை யான முறை ஆயிற்று. *அத்தோடு* என்பதை அகரத்தின் கீழும், *கள்* விகுதியைக் ககரத்தின் கீழும் அமைப்பது எளிதாயிற்று. சில கருத்துகள் விவாதிக்கப்பட வேண்டியனவாக இருந்தபோது அந்தக் கருத்தின் மையச் சொற்கள் தெரிவுசெய்யப்பட்டன. எடுத்துக்காட்டாக, தமிழ்ச் சொற்களை அகரவரிசைப்படுத்துவதில் உள்ள சிக்கல்களைக் கூற வேண்டியபோது *அகரவரிசை* என்பதே தலைப்பாகத் தேர்வுசெய்யப்பட்டது; அகரச் சொற்களின் வரிசையில் அதுவும் இடம்பெற்றது. இந்திய நாட்டு மாநிலங் களின் பெயர்களைப் பற்றிக் கூற வேண்டியபோது *இந்தியா: மாநிலங்களின் பெயர்கள்* என்பது தலைப்பாயிற்று; இகரச் சொற்களின் வரிசையில் இது பதிவாக அமைக்கப்பட்டது.

ஓர் இலக்கண அமைப்பை விளக்க வேண்டிய இடத்தில் அந்த இலக்கண அமைப்பில் வரக்கூடிய சொற்கள் பல இருக்குமானால் அகரத்தில் தொடங்கும் ஒரு சொல் அந்த அமைப்பின் எடுத்துக் காட்டாகத் தெரிவுசெய்யப்பட்டிருக்கும். எடுத்துக்காட்டாக, ஆல் ஈற்று வினையெச்சத்தின் பின் *போல்* என்னும் சொல் வந்தால் 'ல்' இறுதி 'ற்' ஆகத் திரிவதை உணராமல் 'ர்ப்' என எழுதப்படுவதைச் சுட்டிக்காட்ட *அசைந்தாற்போல்* என்னும் சொல் தேர்ந்தெடுக்கப்பட்டு அகரவரிசையில் இடம்பெற்றது.

வழக்குக் கையேட்டில் நீண்ட விவாதங்களும் விளக்கமும் இடம் பெறுவதை விடக் கூறப்பட வேண்டியவை சுருக்கமாக ஒன்றன் பின் ஒன்றாகத் தரப்படுவது பயன்படுத்துவோருக்கு உதவும் என்பது எங்கள் நம்பிக்கை. இதுவே எங்கள் நோக்கமாக இருந்ததால் *வழக்குக் கையேட்டில்* பதிவுகள் நீண்ட கட்டுரை போல் இல்லாமல் தெளிவு கருதிச் சுருக்கமாக எழுதப்பட்டுள்ளன.

தீர்வுகள்

சொற்கள் பயன்படுத்தப்படும் முறையைக் குறித்த இந்தக் கையேட்டில் 'சரி', 'தவறு' என்னும் முறையில் தீர்வுகள் கூறப்பட்டிருப்பது குறைவாகவே காணப்படும்.

எங்கள் நிலைப்பாடாகப் பின்வருவனவற்றைக் கூறலாம்:

1. ஒரு சொல்லிற்கு ஒன்றுக்கு மேற்பட்ட வடிவங்கள் வழங்கும்போது அவற்றை ஏற்றுக்கொள்வதால் அந்தச் சொல்லின் இலக்கணம் சிக்கலாகுமானால் ஒரு வடிவம் ஏற்றுக்கொள்ளப்பட்டு ஏனையவை தேவையற்றவை எனக் காட்டப்பட்டிருக்கும். எடுத்துக்காட்டாக, *சுவர்* ஏற்கப்பட்டது; *சுவற்றில், சுவற்றோடு* என வருபவை தேவையற்றவை. ஏனெனில், அவற்றை ஏற்க வேண்டு மானால் *சுவறு* என்று ஒரு சொல் தேவை; அப்படி ஒரு சொல்லை ஏற்றுக்கொள்வது தேவையற்றது.

2. ஓரிரு வடிவங்களில் ஒன்றை நாங்கள் பரிந்துரைத்திருக் கலாம். அவ்வாறு பரிந்துரைக்கப்பட்ட வடிவமும் கூட விதிவிலக்கான வடிவமாகவும் இருக்கலாம். அதையும் நாங்கள் சுட்டிக்காட்டியிருக்கிறோம். எடுத்துக்காட்டாக, *பதற்றம்* ஏற்கப்பட்டது; *பதட்டம்* ஏற்கப்படவில்லை. *பதற்றம்* என்னும் வடிவம் *பதறு* என்னும் வினையி லிருந்து வருகிறது. ஆயினும் *பதறு* என்னும் வினையின் அமைப்பில் வரும் *சிதறு, உதறு* முதலிய வினைகளிலிருந்து 'சிதற்றம்', 'உதற்றம்' என்னும் வடிவங்கள் வருவதில்லை.

3. சில இடங்களில், இரு வடிவங்களின் வரவு எண்ணிக்கையை மட்டும் காட்டியிருப்போம். எது ஏற்கப்பட்டது என்பது தெளிவாகக் கூறப்படாவிட்டாலும் பெரு வரவான வடிவம் ஏற்கக்கூடியது என்பது குறிப்பால் உணர்த்தப் பட்டிருக்கும். எடுத்துக்காட்டாக, *'டு'வை இறுதியாகக் கொண்ட சொற்களைக்* கூறலாம்.

4. சில பதிவுகள் அந்தச் சொற்களைப் பற்றித் தெரிவிக்க வேண்டிய செய்திகளுக்காகவே தரப்பட்டுள்ளன. இந்தச் செய்திகளைத் தெரிவிக்கக்கூடிய நூல்கள் குறைவு என்பதால் இவற்றைக் கூற வேண்டிய தேவை ஏற்பட்டது. *(காண்க, போர், போர்த்து.)*

கையேட்டின் பயன்

ஒரு மொழிக்கு அகராதி போன்ற அடிப்படை நூல்களின் பயனை ஒத்ததே சொல் வழக்குகளைப் பற்றி வெளியாகும் தனி நூலின் பயனும் என்று கூற வேண்டும். மொழியைப் பற்றிய முழுமையான அறிவிற்கு ஒவ்வொரு அடிப்படை நூலும் ஒரு வகையில் உதவுகிறது. இந்தச் சிறு கையேட்டைப் பயன்படுத்துவோர் அல்லது படிப்பவர்கள் தாங்கள் கையாளும் சொற்களின் கூர்மையை உணர்வார்கள்; சொற்கள் கூர்மை அடைய அடையக் கருத்தை வெளிப்படுத்துவதும் கூர்மை பெறுகிறது.

சில சொற்களுக்குத் தரப்பட்டிருக்கும் செய்திகள் புதிய இலக்கணம் எழுத விரும்பும் ஆய்வாளர்களுக்குப் பயன்படக் கூடும். சில சொற்களின் தகவல்களைப் பொதுமைப்படுத்தினால் ஒரு இலக்கண விதி பிறக்கலாம் அல்லது ஏற்கனவே இருக்கும் விதி விரிவுபடுத்தப்படலாம்.

இலக்கணம் மட்டுமல்லாமல் பொதுவாகத் தெரிந்துகொள்ள வேண்டிய செய்திகள் தமிழில் எழுதுவோருக்குப் பயன்படும்.

மொழி குறித்த சிக்கல்களைப் பகுத்துப் பார்த்து அறிய வேண்டியதன் தேவையை இந்தக் கையேடு உணர்த்தும். நூறுக்கும் மேற்பட்ட பதிவுகளைக் கொண்ட இந்தச் சிறு நூல் சில சிக்கல்களைத் தெளிவுபடுத்தும் என்றும் சொல் வழக்குகளைப் பற்றி விரிவான நூல் வெளியாவதற்கு உந்து சக்தியாக விளங்கும் என்றும் நம்புகிறோம்.

சென்னை பா.ரா.சுப்பிரமணியன்
திசம்பர், 2005

○

இந்நூலை அழகிய முறையில் மீண்டும் வெளியிட முன்வந்த அடையாளம் பதிப்பகத்திற்கு நன்றி.

பா.ரா.சுப்பிரமணியன்
செப்டம்பர், 2009

குறிப்புகள்

1. Fowler, H.W. *A Dictionary of Modern English Usage*. Oxford: The clarendon Press, 1926.

   Gowers, E. *A Dictionary of Modern English Usage,* by H.W. Fowler. 2nd ed., revised by Sir Ernest Gowers. Oxford: The clarendon Press, 1965.

   Burchfield, R.W. *New Fowler's Modern English Usage,* revised by Robert W. Burchfield, 2nd edition. Oxford University Press,1996.

   Allen, Robert. *Pocket Fowler's Modern English Usage,* edited by Robert Allen (based on Burchfield's 1996 edition). Oxford University Press, 1999.

   Follett, Wilson. *Modern American Usage: A Guide,* revised by Erik Wensberg. New York: Hill and Wang,1998.

   Partridge, Eric. *Usage and Abusage: A Guide to Good English.* New Edition edited by Janet Whitcut. Penguin Books,1999.

2. பரந்தாமனார், அ.கி. *நல்ல தமிழ் எழுத வேண்டுமா? பத்தாம் பதிப்பு,* சென்னை: *(விற்பனை உரிமை) பாரி நிலையம், 1992.*

   தமிழண்ணல். உங்கள் தமிழைத் தெரிந்துகொள்ளுங்கள். மதுரை: மீனாட்சிப் புத்தக நிலையம்.
   நன்னன், மா. வழுக்குத் தமிழ். சென்னை: சைவசித்தாந்த நூற்பதிப்புக் கழகம், 1990.

―――. *தமிழ் உரைநடை போகிற போக்கு...*
சென்னை: ஏகம் பதிப்பகம், 2003.

3. Tamil Lexicon / *தமிழ் அகராதி*, vol.I -VI & Supplement, First edition 1924-39, *Madras: University of Madras*, *(reprint)*1982.

4. *தற்காலத் தமிழ் அகராதி (தமிழ் - தமிழ் - ஆங்கிலம்), முதல் பதிப்பு.* சென்னை: க்ரியா, *1992. (மறுஅச்சு) 2003.*

தற்காலத் தமிழ் மரபுத்தொடர் அகராதி (தமிழ் - தமிழ் -ஆங்கிலம்), முதல் பதிப்பு, மொழி, சென்னை 1997. (மறுஅச்சு) புத்தாநத்தம்: அடையாளம், 2004.

தமிழ் நடைக் கையேடு, முதல் பதிப்பு, மொழி, சென்னை 2001. (மறுஅச்சு) புத்தாநத்தம்: அடையாளம், 2004.

அஃது/இஃது/எஃது

அது, இது என்னும் பதிலிடப்பெயர்ச்சொற்கள் (pronouns) உயிரெழுத்தில் தொடங்கும் விகுதி அல்லது சொல்லின் முன் அஃது, இஃது என்று ஆய்த எழுத்தைப் பெற்று வருகின்றன. இவை ஓரளவு உயர்வழக்கில் வழங்கிவருகின்றன. இந்த இரு வடிவங்களோடு வேற்றுமை உருபுகளைச் சேர்த்து வழங்குவது குறைவாகவே காணப்படுகிறது.

அஃதை என்பது இரு முறையும் அஃதால் என்பது ஒரு முறையும் தரவில் வந்துள்ளன. மேலும், அஃது என்பதோடு ஆவது (அஃதாவது), ஏ (அஃதே), அன்றி (அஃதன்றி) அன்றோ (அஃதன்றோ), அல்-லவா (அஃதல்லவா) ஆகியவையும் இணைந்து வருகின்றன. — *உருபு ஏற்றல் குறைவு*

இஃது என்பதோடு அதிகமாக இணைந்து வருவது ஏ (இஃதே); அன்று என்பதும் இஃது என்பதோடு இணைந்து வருகிறது. (ஆல், ஆவது ஏற்ற வடிவங்கள் காணப்படவில்லை.)

எது என்பதோடு ஆய்த எழுத்துப் பெற்ற எஃது என்ற வடிவம் தரவில் காணப்படவில்லை; வழக்கில் இருப்பதாகவும் கூற முடியவில்லை. 'எத்தைத்-தின்றால் பித்தம் தெளியும்' என்பதில் காணப்படும் எத்தை என்பதை, எஃது என்பதில் உள்ள ஆய்த எழுத்துக்குப் பதில் தகரம் வந்து ஐ வேற்றுமை ஏற்ற வடிவம் என்று கருதலாம். — *எஃது வழக்கில் இல்லை*

அகர வரிசை

தமிழில் மெய்யெழுத்துக்களைக் கொண்ட சொற்களையும் கிரந்த எழுத்துக்களை (ஜ, ஷ, ஸ, ஹ, க்ஷ, ஸ்ரீ)

கொண்ட சொற்களையும் அகர வரிசையில் எந்த எழுத்தை அடுத்து வைப்பது என்பதில் ஒருமித்த கருத்து காணப்படவில்லை.

1. மெய்யெழுத்துக்களைக் கொண்ட சொற்கள்

தமிழ்ச் சொற்கள் மெய்யெழுத்தில் தொடங்குவதில்லை என்பதால் இடையில் மெய்யெழுத்துக்களைக் கொண்டசொற்களை அகர வரிசையில் உயிர், மெய், உயிர்மெய் என்ற அடிப்படையில் வரிசைப்படுத்துவதா, அல்லது உயிர், உயிர்மெய், மெய் என்ற அடிப்படையில் வைப்பதா என்னும் கேள்வி எழுகிறது. ஏனெனில் இவ்விரு அடிப்படைகளிலுமே சொற்கள் அகர வரிசைப்படுத்தப்பட்டுள்ளன. எடுத்துக்காட்டுடன் இதனைத் தெளிவுபடுத்தலாம்.

வரிசை: உயிர், மெய், உயிர்மெய்

அக்கம்பக்கம் என்பதில் 'அ' வை அடுத்து க் என்னும் மெய்யெழுத்து வருகிறது. அகம் என்பதில் 'அ'வை அடுத்து க என்னும் உயிர்மெய்யெழுத்து வருகிறது. இந்த இரு சொற்களில் அகர வரிசையில் முதலில் அக்கம்பக்கம் இடம்பெற வேண்டுமா, அகம் இடம்பெற வேண்டுமா? அகம் என்பதை அஃது போன்ற ஆய்த எழுத்து இடம்பெற்ற சொற்கள் முடிந்தவுடன் வைத்துவிட்டு, அகௌரவம்போன்ற, 'அ'வில் 'க' வரிசையில் சொற்கள் முடிந்தபின் அக்கம்பக்கம் என்பதை இடம்பெறச் செய்திருக்கும் அகராதிகள் பல. பெப்ரீஷியஸ், வின்சுலோ போன்ற 19 ஆம் நூற்றாண்டு வெளிநாட்டு சமயப் பணியாளர்கள் தயாரித்த அகராதிகளிலும், வெளிநாட்டுப் பல்கலைக்கழகப் பேராசிரியர்கள் பரோவும் எமனோவும் உருவாக்கிய திராவிடச் சொற்பிறப்பியல் அகராதியிலும் (பார்க்க Dravidian Etymological Dictionary 1984, p.xxxv), நா.கதிரைவேற்

*அஃது
அக்கம்பக்கம்
அகம்*

பிள்ளை தயாரித்த 'தமிழ்மொழி அகராதி'யிலும் இந்த முறைவைப்புதான் பின்பற்றப்பட்டுள்ளது. இதற்கு மாறாக, அஃது போன்ற ஆய்த எழுத்துச் சொற்கள் முடிந்தவுடன் அக்கம்பக்கம் என்பதையும் அக் என்பதைக் கொண்ட சொற்கள் நிறைவுபெற்ற-பின் அகம் என்பதையும் வைப்புமுறையாகக் கொண்ட அகராதிகளும் உண்டு. மதுரைத் தமிழ்ச் சங்கம் வெளியிட்ட அகராதியும் சென்னைப் பல்கலைக்கழகத் தமிழ் அகராதியும் (Tamil Lexicon) இந்த முறையைப் பின்பற்றியுள்ளன.

தமிழ் கற்கும்போது உயிரெழுத்துக்களை முதலி-லும் மெய்யெழுத்துக்களை இரண்டாவதாகவும் உயிர்மெய்களை இறுதியாகவும் கற்றுக்கொடுக்கும் நிலையில் அக்கம்பக்கம் முதலிலும் அகம் அதன் பின்னர் வருவதும் தமிழ் எழுத்து வைப்புமுறைப்-படி சரியானதே.

2. கிரந்த எழுத்துக்களைக் கொண்ட சொற்கள்

ஜட்கா, கஷ்டம், அஸ்தமனம் முதலிய சொற்களை அகரவரிசைப்படுத்துவதில் இரு நிலைகள் அகராதி-யாளர்களால் மேற்கொள்ளப்பட்டுள்ளன என்று கூறலாம். ஒன்று, தமிழ் எழுத்து வரிசையில் தெரிவு-செய்யப்பட்ட இடத்தில் கிரந்த எழுத்து எந்தத் தமிழ் எழுத்தோடு ஒப்புமை உடையதோ அதை அடுத்து அல்லது கிரந்தச் சொல் தமிழ்ப்படுத்தப்படு-மானால் அது எந்தத் தமிழ் எழுத்தாக அல்லது கூட்டெழுத்தாக மாற்றப்படுமோ அதை அடுத்து வைக்கப்படும்; மற்றொன்று, கிரந்த எழுத்துக்கள் தமிழ் நெடுங்கணக்கில் சேராதவை எனக் கருதித் தமிழ் எழுத்துக்களின் முடிவில் வைப்பது.

தமிழ்: அ-ன
கிரந்தம்: ஜ, ஷ, ஸ, ஹ, க்ஷ, ஸ்ரீ

தமிழ் எழுத்து வரிசையிலேயே இவற்றை அடக்கிக்

காட்டியிருந்தால் இந்தச் சொற்களைக் கண்டுகொள்வது எளிதாக இருக்காது. இவை தமிழ் முறைப்படி எழுதப்படுமானால் எந்த எழுத்துக்களில் எழுதப்படுமோ அந்த எழுத்துக்களை ஒட்டி இவை இடம்பெற்றிருக்கும். அஸ் என்பதைத் தொடக்கமாகக் கொண்ட சொற்கள் தமிழில் அத் என மாற்றப்படுவதால் அஸ்தமனம், அத்தமனம் என்பதன் பின் பெப்ரீஷியஸ் அகராதியில் இடம்பெற்றிருக்கிறது. கஷ்டம் என்பது கட்டம் எனத் தமிழ்ப்படுத்தப்படுவதால் கட்டம் என்பதோடோ, அதனை ஒட்டியோ வைக்கப்பட்டிருக்கும் (வின்சுலோ அகராதி).

தமிழ் நெடுங்கணக்கில் சேராதவை என்ற நிலைப்பாட்டை மேற்கொண்டவர்கள் 'அ'வில் தொடங்கும் சொற்கள் முடிந்தபின் இறுதியில் அஸ்தமனம் என்பதையும், 'க'வில் தொடங்கும் சொற்களின் முடிவில் கஷ்டம் என்பதையும், தமிழ் எழுத்துக்கள் அனைத்தும் முடிந்தபின் ('வெள'வின் பின்) 'ஜ'வில் தொடங்கும் சொற்களையும் வைப்புமுறையாகக் கொண்டிருக்கிறார்கள் (சென்னைப் பல்கலைக்கழகத் தமிழ் அகராதி).

கிரந்த எழுத்துக்களைக் கொண்ட சொற்கள் இரண்டாவதாகக் கூறிய முறையில் வைக்கப்படுமானால் அவற்றைக் கண்டுகொள்வது எளிதாக இருக்கிறது. அண்மையில் வெளியான அகராதிகளும் இந்த வைப்பு முறையைப் பின்பற்றியுள்ளன (காண்க: க்ரியாவின் தற்காலத் தமிழ் அகராதி).

காண்க: ஆய்த எழுத்தின் புதிய பயன்பாடு

அசைந்தாற் போல்

> கொடி அசைந்தாற் போல் இருந்தது.
> எடுத்தெறிந்தாற் போல் பேசினான்.

மேற்காட்டிய எடுத்துக்காட்டுகளில் அசைந்தாற் போல் என்பதற்குப் பதிலாக அசைவது போல் என்பதும் வரலாம். எடுத்தெறிந்தாற் போல் என்பதற்குப் பதிலாக எடுத்தெறிவது போல் என்பதும் வரலாம்.

அசைந்தால் என்பதற்குப் பதிலீடாக வரும் அசைவது, எடுத்தெறிந்தால் என்பதற்குப் பதிலீடாக வரும் எடுத்தெறிவது ஆகியவை அது என்பதை இறுதியாகக் கொண்ட தொழிற்பெயர்கள் ஆகும்.

வினையெச்ச இறுதி 'ஆல்'

அசைந்தாற் போல், எடுத்தெறிந்தாற்போல் போன்றவை ஆல் ஈற்று வினையெச்சம் என்பதைச் சிலர் மறந்துவிடுவதைக் காண முடிகிறது.

> *கற்கும் ஆற்றலுக்குத் தகுந்தார்(ப்) போல் கற்பிக்கும் முறையை மாற்ற ...*

வினைமுற்று இறுதி 'ஆர்'

மேலே காட்டிய எடுத்துக்காட்டில் உள்ள தகுந்தார் என்பது (படர்க்கை உயர்திணை) வினைமுற்று வடிவம். அசைந்தாற் என்பதன் அடிப்படை வடிவம் 'ல்' என்பதை இறுதி எழுத்தாகக் கொண்டது. நிலைமொழியில் 'ல்' என்பது வருமொழியில் வல்லின எழுத்துக்கள் வருகையில் றகரமாகத் திரியும் என்பதைக் கருத்தில் கொள்ளாமல் ரகரமாக எழுதுவது தவறாக முடிந்து விடுகிறது.

அசைந்தாற் போல், எடுத்தெறிந்தாற் போல்போன்ற அமைப்பில் பல வினைகள் (ஏற்றாற் போல், மடை திறந்தாற் போல்) வருகின்றன என்பதால் 'ல்' இறுதி கவனத்திற்கு உரியதாகிறது.

2. மேலே காட்டிய அமைப்பில் அசைந்தால், எடுத்தெறிந்தால், ஏற்றால், திறந்தால் ஆகியவை இறந்தகால

விகுதிகளை உடையவை. நிகழ்கால விகுதி உடைய வடிவங்களில் ஆல் விகுதி வந்திருப்பதாகக் கூறக் கூடிய முறையில் சில எடுத்துக்காட்டுகள் உள்ளன.

நிகழ்கால விகுதியுடன் 'ஆல்'?

'அட, பைத்தியக்காரா' என்கிறாற் போல் பார்த்தான்.
கணிப்பொறிக்குப் புரிகின்றாற் போல் கட்டளைகள் எழுத வேண்டும்.
வாந்தி வருகிறாற் போல் இருக்கிறது.

இவற்றில் உள்ள என்கிறாற், புரிகின்றாற், வருகிறாற் என்பதில் 'ற்' சந்தியால் வந்தது என்று எடுத்துக்கொண்டால் என்கிறால், புரிகின்றால், வருகிறால் என்பவையே அடிப்படை வடிவம் என்று ஆகும். ஆனால், அவ்வாறு கூற இயலாது. ஏனெனில், நிகழ்கால விகுதி உடைய வடிவங்களில் ஆல் விகுதி சேர்க்கப்படுவதில்லை.

3. 'நீ அடிக்கறாப்ல அடி, நான் அழுகிறாப்ல அழறேன்' எனப் பேச்சுத் தமிழில் கூறப்படுவது 'நீ அடிக்கிறாற் போல் அடி, நான் அழுகிறாற் போல் அழுகிறேன்' என்று எழுதப்படுவதைக் காண முடிகிறது. இதை அடியொற்றி வாக்கியங்கள் எழுதப்படுகின்றன என்பதை மேலே 2இல் உள்ளவையும் உணர்த்துகின்றன.

அண்ணாத்தல்

ஏதோ சத்தம் கேட்டு அண்ணாந்து பார்த்தார்.
அண்ணாந்தபடியே தண்ணீர் குடித்தான்.

அண்ணா என்னும் வினையின் இறந்தகால வடிவங்கள் மட்டுமே இன்று வழக்கில் உள்ளன. அண்ணாந்தேன் போன்ற முற்று வடிவங்களும் அண்ணாந்து, அண்ணாந்த, அண்ணாந்தால் ஆகிய எச்ச வடிவங்-

இறந்தகாலத்தில்

களும் வழங்கிவருகின்றன. இதன் நிகழ்கால வடிவங்களோ எதிர்கால வடிவங்களோ எதிர்மறை வினை வடிவங்களோ தற்காலத் தமிழில் வழங்கி வருவதாகத் தெரியவில்லை.

அதனால்

அது என்னும் பதிலிடப்பெயர்ச்சொல்லோடு (pronoun) ஆல் என்னும் வேற்றுமை உருபு இணைந்த அதனால் என்னும் வடிவம் (அது+அன்+ஆல்) மிகுதியாக எழுத்து வழக்கிலும், அதால் என்னும் (அன் சாரியை இல்லாத) வடிவம் அதிகமாகப் பேச்சு வழக்கிலும் உள்ளன.

1. ஆல் இணைந்த பதிலிடப்பெயர்ச்சொல்லுக்கு ஒரு எடுத்துக்காட்டு

அது+ஆல் உருபு

> இரண்டு நாளாக வாசலின் முன்னால் ஒரு நாய் படுத்திருக்கிறது. அதனால்/அதால் எழுந்திருக்க முடியவில்லை.

இந்த எடுத்துக்காட்டில் வேற்றுமை உருபை ஏற்றிருந்தாலும் அதனால் (அல்லது அதால்) இரண்டாவது வாக்கியத்தின் எழுவாயாகவே உள்ளது. முடி(தல்) என்னும் வினைக்காக அது, 'ஆல்' உருபு ஏற்று வந்திருக்கிறது

2. அதனால் என்பது ஆகையால் என்பதற்கு இணையாகப் பயன்படுத்தப்படுகிறது. அதால் என்பது ஆகையால் என்பதற்குப் பதிலாகப் பயன்படுத்தப்படுவதில்லை.

அதனால் = ஆகையால்

> திடீரென்று மழை வந்துவிட்டது. அதனால்/ ஆகையால் (= அதன் காரணமாக) நாங்கள் தாமதமாகப் புறப்பட வேண்டியதாயிற்று.

இந்த எடுத்துக்காட்டைப் பின்வருமாறு ஒரே வாக்கியமாகவும் கூற முடியும்.

> திடீரென்று மழை வந்துவிட்டதால் நாங்கள் தாமதமாகப் புறப்பட வேண்டியதாயிற்று.

● கூறப்பட்ட ஒன்று காரணமாக இருக்கும்போது அந்தக் காரணத்தை மீண்டும் கூறித் தெளிவுபடுத்தும் நோக்கத்தில் அதனால் பயன்படுத்தப்படக் காண்கிறோம். *நோக்கம்: வலியுறுத்தல்*

> எழுந்து உட்கார்ந்தால், அதனால் அவர்களின் பேச்சு நின்றுவிடுமே என்று எண்ணி அப்படியே கிடந்தேன்.

> ஒருவன் அழகாக இருந்தால், அதனால் அவன்மேல் ஆசை தோன்றிவிடுமா?

விதிநிலை வினையெச்சங்களின் பின் காரணத் தொடர்பைக் காட்டும் 'அதனால்' தேவை இல்லை. மேற்கூறிய இரு எடுத்துக்காட்டுகளிலும் 'உட்கார்ந்தால்', 'இருந்தால்' ஆகியவற்றின் பின் 'அதனால்' பயன்படுத்தப்பட்டிருக்கிறது.

இந்தப் பயன்பாடு தரவில் குறைவாகவே காணப்படுவதால் இதைத் தனி நபரின் நடை என்று கருதலாம்.

● கீழ்வரும் எடுத்துக்காட்டுகளில் கேள்விகளுக்கான பதிலை அனுமானித்துக்கொண்டால் அதனால் என்பது அதன் காரணமாக என்னும் பொருளிலேயே பயன்படுத்தப்பட்டிருக்கிறது என்பதை உணரலாம். *ஊகித்தறிதல்*

> இராமகிருஷ்ணர் தவம் செய்தாரே, அவர் உயர்ந்த நிலையை அடையவில்லையா? அதனால் மனைவி சாரதாமணியை விட்டுத் துறந்துவிடவில்லையே!

(அடையவில்லையா என்பது அடைந்தார் என்பதைக் குறிப்பிடும். குறிப்பிடவே, அதனால் என்பது அடைந்ததன் காரணமாக என்று பொருள்படும்.)

> அரிச்சந்திர புராணம் முதல் பாரதம் வரையில்
> படிக்கக் கேட்டும் திருந்தினார்களா? அதனால்
> புது வழி காண வேண்டும்.

(''... திருந்தினார்களா? இல்லையே'' என்பதுதான் பொதுவான நடை. ஆனால், இங்கு திருந்தினார்களா என்பது திருந்தவில்லை என்பதைக் குறிப்பிடுவதால் அதனால் என்பது திருந்தாததன் காரணமாக என்று பொருள்படும்.)

அதனால் என்பதன் இந்தப் பயன்பாடும் தரவில் குறைவாகவே காணப்படுவதால் இதனையும் தனி நபரின் நடை என்றே கருத வேண்டியுள்ளது.

அதனுடன்/ அத்துடன்

அதனுடன் என்பது அது என்னும் பதிலிடப்பெயர் (pronoun), உடன் என்னும் வேற்றுமை உருபு ஏற்ற வடிவம் ஆகும். அதனுடன் (அது + அன் + உடன்) என்பது அன் என்னும் சாரியை இல்லாமல் அதுடன் என்று வருவதாகத் தெரியவில்லை. ஆனால், அதனுடன் என்பதற்கு இணையாக இன்று மிகுதியாக வழங்கிவருவது அத்துடன் என்பதாகும். தரவில் அத்துடன் நானூறுக்கும் அதிகமாக வந்திருக்க, அதனுடன் என்பது நூற்றைம்பதுக்கும் குறைவாகவே காணப்படுகிறது. அதனுடன் என்பது உயர்நடையில் பயன்படுத்தப்பட்டாலும் பொதுவான எழுத்துத் தமிழில் அத்துடன் என்பதே மிகுதியாக வழக்கில் உள்ளது.

வரவு:
அத்துடன் 400 +
அதனுடன் 150

காண்க: இதனுடன்/இத்துடன்

அதோடு/அத்தோடு

அத்துடன் என்பது இன்று வழக்கில் மிகுதியாக இருப்பதை (காண்க: அதனுடன்/அத்துடன்) வைத்து அத்தோடு என்பதும் வழக்கில் மிகுதியாக இருக்கும் என்று எதிர்பார்த்தால் அது தவறாக முடிந்துவிடுகிறது. அத்தோடு என்பது அறுபத்தைந்து முறையே தரவில் வந்துள்ளது. அதோடு என்பதுதான் முன்னூறுக்கும் அதிகமாகத் தரவில் காணப்படுகிறது. அன் சாரியை பெற்ற அதனோடு என்பதும் பயன்படுத்தப்படுகிறது

வரவு:
அதோடு 300 +
அத்தோடு 65

காண்க: இதோடு/இத்தோடு

அருகாமை

இந்தச் சொல் அண்மை, சமீபம் என்னும் பொருளில் இக்காலத்தில் பயன்படுத்தப்படுகிறது. இல் என்னும் வேற்றுமை உருபு ஏற்ற அருகாமையில் என்னும் வடிவமே மிகுதியாக வழக்கில் உள்ளது. அருகு என்னும் வினையிலிருந்து வந்த வடிவமே அருகாமை என்று கருதப்படுகிறது. அவ்வாறு கருதப்படும்போது அந்த வினையின் எதிர்மறைத் தொழிற்பெயராக அருகாமை (அணுகு → அணுகாமை போல) ஆகிறது. எதிர்மறை வடிவம் என்றால் அண்மை என்னும் பொருளில் அருகாமை வழங்குவது அதன் வினையடியின் பொருளுக்கு (அணுகுதல்) நேர் எதிரான பொருளை (அணுகாமை) தந்து தவறாக முடிகிறது.

● அருகு என்னும் வினை இக்காலத் தமிழில் வழங்கவில்லை. 'ஊரை அருகினேன்' என்பது போன்று இந்த வினையை இன்று பயன்படுத்துவதில்லை.

- 'வீடு கோயிலுக்கு அருகாமையில் இருக்கிறது' என்னும் வாக்கியத்தில் அருகாமையில் என்பதற்குப் பதிலாக அருகில் என்பதே இன்று பெருவழக்காக இருக்கிறது. (தரவில் அருகில் என்பதும் அருகே என்னும் மற்றொரு வடிவமும் ஏறத்தாழ 600 முறை வந்திருக்க, அருகாமையில் 60 முறையே வந்துள்ளது.)

மிகுதி:
அருகில்/அருகே

- அருகாண்மை என்னும் மற்றொரு வடிவமும் இருந்ததாகத் தெரிகிறது (காண்க: சென்னை பல்கலைக்கழகத் தமிழ் அகராதி, தொகுதி 1).

அல்லும் பகலும்

'இரவும் பகலும்' என்னும் பொருளில் அல்லும் பகலும் பயன்படுத்தப்படுகிறது. இந்தத் தொடரின் முதல் சொல்லான அல்லும் என்பது 'அல்' என்னும் பெயர்ச் சொல்லோடு 'உம்' என்னும் இடைச்சொல் இணைந்துள்ள வடிவம். 'உம்' இல்லாமல் 'அல்' என்பது இக்காலத்தில் வழக்கில் இல்லை. அதாவது, 'அல்' தற்போது தமிழில் தனித்து ('அல் கழிந்தது', 'அல்லில் வந்தான்' என்பன போல்) வழங்குவதில்லை.

அவை(கள்)/இவை(கள்)/எவை(கள்)

அவை என்பதும் இவை என்பதும் அது, இது ஆகிய இரு பதிலிடப்பெயர்களின் (pronoun) பன்மை வடிவங்கள் ஆகும். இந்தப் பன்மை வடிவங்களோடு கள் என்னும் பன்மை விகுதி இணைந்த அவைகள், இவைகள் என்னும் வடிவங்களும் வழக்கில் உள்ளன. எது என்னும் வினாச்சொல்லின் பன்மை எவை என்பதாகும். ஆனால் எவை என்பதுடன் கள் விகுதி சேர்ந்த எவைகள் என்ற வடிவம் பயன்படுவதாகத் தெரியவில்லை.

எவைகள் வழக்கில்
இல்லை

- பொதுவாக, வாக்கியத்தில் எழுவாயாகப் பயன்-படுத்தப்படும்போது அவை, இவை என்பதற்குப் பதிலீடாக அவைகள், இவைகள் என்பவற்றை ஏற்றுக்கொள்ளலாம்.

எழுவாயாக வருவது இயல்பு

  அவை/அவைகள் வலிமை இழந்துவிட்டன.
  (அவை/அவைகள் இரண்டும் எழுவாயில் இயல்பாகத் தோன்றுகின்றன)

- அவை, இவை என்பவை வேற்றுமை உருபு ஏற்பது இயல்பாகத் தோன்றுகிறது.

அவை, இவை + வேற்றுமை உருபு

  இவற்றால் என்ன பயன்?
  ('இவைகளால் என்ன பயன்' என்பது பெரு வழக்கு உடையதாக இல்லை.)

  அவற்றின் முழுப் பயனைப் பெறலாம்.
  ('அவைகளின் முழுப் பயனைப் பெறலாம்' என்பது குறைவாகவே பயன்படுத்தப்படுகிறது.)

- அவை/அவைகள், இவை/இவைகள் ஆகியவை வழக்கில் இருந்தாலும் சில குறிப்பிட்ட சூழலில் ஏதேனும் ஒரு வடிவம் மட்டுமே இயல்பாகவும் பொருத்தமாகவும் உள்ளது.

பொருத்தம் அறிதல்

  இவை இரண்டிலும் மொத்தம் 23000 பாடல்கள் உள்ளன.

  ('இவைகள் இரண்டிலும்' என்பதைவிட 'இவை இரண்டிலும்' என்று கூறுவதே பெருவழக்காக உள்ளது. இத்தனை என்று எண் கொடுத்துக் கூறும்-போது அவை, இவை என்பவற்றைப் பயன்படுத்து-வது பொருத்தமாக இருக்கிறது.)

அறு

> கயிறு அறுந்து தொங்கியது
> பட்டத்தின் வால் அறுந்துபோயிற்று
> அறுந்த கயிறு

இந்த வினைக்கு அறுந்து என்னும் வினையெச்சமும், அறுந்த என்னும் பெயரெச்சமும் அறுந்தது, அறுகிறது, அறும் என்னும் வினைமுற்றுகளும் வழங்குகின்றன. அறுந்து என்னும் வினையெச்சத்தோடு போ, விடு முதலிய துணைவினைகள் இணைந்து வரும் வடிவங்களே மிகுதியாக வழக்கில் உள்ளன. *துணைவினை-களுடன்*

அறாமல், அறாத என்னும் எதிர்மறை எச்சங்களும் ஓரளவு வழக்கில் உள்ளன.

> எங்களுக்குள் தொடர்பு அறாமல் இருக்கிறது.
> முழுமையாக அறாத நட்பு

அனுதாபங்கள்

ஒருவருக்கு அனுப்பும் அனுதாபச் செய்தியில் எழுதப்படும் 'ஆழ்ந்த அனுதாபங்கள்', 'அனுதாபங்-களைத் தெரிவித்துக்கொள்கிறேன்' என்னும் தொடர்களில் அனுதாபம் என்பது 'கள்' என்னும் பன்மை விகுதியுடனேயே பயன்படுத்தப்படு-கிறது. மேலே காட்டிய தொடர்களில் 'ஆழ்ந்த அனுதாபம்', 'அனுதாபத்தைத் தெரிவித்துக்கொள்-கிறேன்' என்று கூறுவது குறைவு.

அனுதாபம் என்ற சொல்லுக்குப் பதிலாக இரங்கல் என்ற சொல்லும் பயன்படுத்தப்படுகிறது. ஆனால், இந்தச் சொல்லோடு 'கள்' விகுதி சேர்க்கப்படுவ-தில்லை. அனுதாபம், 'கள்' விகுதியோடும் இரங்கல், 'கள்' விகுதி இல்லாமலும் பயன்படுத்தப்படு-கிறது.

ஆண்டவன், இறைவன், கடவுள், சாமி, தெய்வம்

ஆண்டவன், இறைவன், கடவுள், சாமி, தெய்வம் என்னும் சொற்கள் பொதுவாகத் தெய்வத்தைக் குறிப்பிடுகின்றன. இவற்றுள், ஆண்டவன் என்ற சொல்லின் இறுதி னகரம், ரகரமாக மாற்றப்பட்டு ஆண்டவர் என்றும் வழங்கப்படுகிறது.

● ஆண்டவன் என்பது ஒரு வாக்கியத்தின் எழுவாயாக இருக்கும்போது அந்த வாக்கியத்தின் வினைமுற்று னகர இயைபு விகுதியைப் பெறுகிறது ('ஆண்டவன் இருக்கிறான்'). அது போலவே, ஆண்டவர் என்பதன் வினைமுற்று ரகர இயைபு விகுதி பெறுகிறது ('ஆண்டவரே அறிவார்').

வினைமுற்று இறுதி: ன்

● இறைவன் என்பதற்குரிய வினைமுற்றுகளில் னகர விகுதி வருவதே மிகுதியாக உள்ளது ('இறைவன் சோதிக்கிறான்'). ஆனாலும், ரகர இறுதி பெற்ற வினைமுற்றுகளையும் காண முடிகிறது ('எல்லாம் வல்ல இறைவன் அருள்வார்').

வினைமுற்று இறுதி: ன், ர்

● கடவுள் என்பது எழுவாயாக உள்ள வாக்கியங்களில் வினைமுற்று ரகர இறுதி பெறுகிறது ('கடவுள் மன்னிப்பார்'); னகர இறுதி பெறுவது இல்லை என்றே கூறலாம்.

வினைமுற்று இறுதி: ர்

● இவற்றிற்கு மாறாக, சாமி, தெய்வம் ஆகிய இரண்டும் அஃறிணை ஒருமைக்கு உரிய விகுதியையே வினைமுற்றுகளில் பெறுகின்றன ('சாமி கண்ணை அவித்துவிடும்', 'தெய்வம் வரம் தந்தது')

வினைமுற்று இறுதி: து

ஆமல்/ஆது: எதிர்மறை வினையெச்ச விகுதி

வினைச்சொற்களிலிருந்து இருவகையான எதிர்மறை வினையெச்சங்கள் வருகின்றன. ஒன்று,

ஆமல் என்ற விகுதி உடையது; மற்றொன்று ஆது என்னும் விகுதி உடையது.

பேருந்து ஓடாமல்/ ஓடாது நின்றுவிட்டது.

- இந்த இரு எதிர்மறை வினையெச்சங்களில் ஆமல் என்னும் விகுதியுடைய வடிவம் இக்கால எழுத்துத் தமிழில் மிகுதியாக வழங்குகிறது; இந்த வடிவமே பொதுவான பேச்சு வழக்கிலும் இறுதி லகர மெய் விடப்பட்டு *(வராம போனான்)* வழங்குகிறது. *(வராதெ போனா(ள்))* போன்ற வட்டார அல்லது சமுதாய வழக்கில் ஆது வடிவம் காணப்படுகிறது.)

ஆமல் வடிவமே மிகுதி

- ஆது என்னும் விகுதியுடைய எதிர்மறை வினை-யெச்சம் இக்காலத் தமிழில் பயன்பட்டாலும் ஆமல் விகுதியுடைய வடிவத்தை நோக்க ஆது மிகவும் குறைவே. மேலும், இந்த வடிவமும் அஃறிணை ஒருமை வினைமுற்று வடிவமும் ஒன்றுபோல் இருப்பவை. ஆதலால், ஆது வடிவம் சிறு குழப்பத்-திற்கு இடம்தருவதாகவும் இருக்கலாம்.

எச்சமா, முற்றா?

(புரியாது, தெரியாது போன்றவை எதிர்மறை வினை-யெச்சங்களா, வினைமுற்றுகளா என்பதை முடிவு-செய்ய அவை பயன்படுத்தப்பட்டிருக்கும் சூழல் தேவைப்படும்.)

- பெயர்ச்சொற்களுடன் படு என்னும் வினையைச் சேர்த்து உருவாக்கப்படும் வினைகளில் ஆமல் விகுதியுடைய எதிர்மறை வினையெச்சங்களையே காண முடிகிறது. கவலைப்படாமல், அவசரப்படா-மல், கோபப்படாமல், வருத்தப்படாமல், வெட்கப்-படாமல் போன்றவையே தரவில் பெருமளவில் காணப்படுகின்றன.

பெயர் + படாமல்

● இரு வினைகள் எதிர்மறை வினையெச்சங்களாக வரும்போதும் ஆமல் சேர்ந்த வடிவங்களே மிகுதி-யாக வழங்குகின்றன.

    உண்ணாமலும் உறங்காமலும்
    ஆத்திரப்படாமலும் அவசரப்படாமலும்
    குலைக்காமலும் கடிக்காமலும்

ஆமல்: அடுக்கி வரும்

மேலே காட்டியவற்றில் ஆது இணைக்கப்பட்ட வடிவங்கள் இக்காலத் தமிழில் பயன்படுத்தப்-படுவது மிகவும் குறைவு.

● வினையின் எதிர்மறை வினையெச்சத்தின் பின் முடியாது என்னும் எதிர்மறை முற்று வடிவம் வரும்-போதும் ஆமல் வடிவமே பொதுவாகப் பயன்படுத்தப்-படுகிறது.

ஆமல் + முடியாது

    பேசாமல் முடியாது
    போகாமல் முடியாது

ஆய்த எழுத்தின் புதிய பயன்பாடு

ஆய்தம் எனப்படும் இந்த முப்புள்ளி எழுத்தை முதல் எழுத்தாகக் கொண்ட சொற்கள் தமிழில் இல்லை. இடையில் கொண்ட சொற்களும் (அஃது, இஃது, எஃகு) மிகக் குறைவு. இன்று ஆங்கிலம் போன்ற பிற மொழிச் சொற்களைத் தமிழில் எழுதும்போது ஒரு குறிப்பிட்ட ஒலிக்காக இந்த ஆய்த எழுத்து சொல்லின் முதலிலும் இடையிலும் பயன்படுத்தப்-படுகிறது.

●ஆங்கிலம் போன்ற மொழிகளில் உள்ள, கீழ் உதடும் பல்லும் பொருந்தி வெளிப்படும் உரசொ-லியை (ஆங்கிலத்தில் 'f' என்னும் எழுத்தால் குறிக்கப்படுவதை) குறிக்க ஆய்தம் 'ப'வின் முன் இன்று பரவலாகப் பயன்படுகிறது.

ஃப = f

ஃபாரன்ஹீட் 'fahrenheit'
ஃபாசிஸம் 'Fascism'
ஃபெடரேஷன் 'federation'
ஃபேக்ஸ் 'fax'

- இடையிலும் 'f' ஒலிக்காகப் பயன்படுத்தப்படுகிறது.

காஃப்கா 'Kafka'

- எழுத்து வேறாக இருந்தாலும் 'f' ஒலியைத் தரும் ஆங்கிலச் சொற்களை எழுதுவதற்கும் பயன்படுகிறது.

ஃபிசியோதெரபி 'physiotheraphy'
ஃபோட்டோ 'photo'

- இவ்வாறு ஆய்த எழுத்தோடு கூடிய சொற்களை அகராதி, நூலகம் முதலியவற்றில் அகர வரிசைப்படுத்த வேண்டிய தேவை ஏற்பட்டால் எந்த இடத்தில் வைப்பது என்பது குறித்துத் தெளிவு இல்லை.

அகரவரிசையில் எங்கு?

ஜ, ஷ, ஸ, ஹ, க்ஷ ஆகிய கிரந்த எழுத்துக்களை முதலிலும், இடையிலும் இறுதியிலும் கொண்ட சொற்கள் தமிழ் அகரவரிசையில் தமிழ் எழுத்துக்கள் முடிந்த பின் வைக்கப்படுவது போல 'f' ஒலிக்கான ஆய்தம் இணைந்த பகரம் தமிழ், கிரந்த எழுத்துக்களின் வரிசை முடிந்த பிறகு இடம்பெறலாம் என்று தோன்றுகிறது.

ஆர, ஆற

வினையடை ஆதல்

ஆர என்னும் விகுதி சில உடல் உறுப்புகளுடனும் (கண், காது, வயிறு, வாய்), மனம் போன்ற சொற்களுடனும் (நெஞ்சு, உளம்) இணைந்து வினையடையாக (கண்ணாரக் கண்டேன், வாயார வாழ்த்தி-

னேன், உளமார நேசிக்கிறேன் போன்று) பயன்படுத்தப்படுகிறது.

● தரவில் காலார என்ற வடிவத்தோடு காலாற என்பதும் காணப்படுகிறது. இரண்டுமே மிகுதியாக நட என்னும் வினையோடு இணைந்து வருகின்றன. நட என்னும் வினைக்கு காலார (= காலிற்குப் புத்துணர்வு நிறையும்படி) என்னும் வடிவமே பொருத்தமாகப்படுகிறது.

காலார?
காலாற?

● பசியாற என்று சேர்த்து எழுதப்பட்டாலும் அது பசி ஆற (= தணிய) என்று பிரித்துப் பொருள்கொள்ளப்பட வேண்டியதாக உள்ளது. இதில் உள்ள றகரத்தை ரகரமாகக் கருதக் கூடாது. ஏனென்றால் ஆறு என்னும் வினையின் பொருளான தணிதல் என்னும் பொருளிலேயே ஆற (செய என்னும் வாய்பாட்டு) வினையெச்சம் உள்ளது.

பசியாற = பசி ஆற

ஆறு

6 என்னும் எண்ணை எழுத்தால் குறிக்கும் இந்தச் சொல் வேற்றுமை உருபு ஏற்கும்போது ஆறை, ஆறால், ஆறோடு, ஆறுடன், ஆறுக்கு, ஆறில் என்ற முறையில் வரும். நதி என்பதைக் குறிப்பிடும்போது ஆற்றை, ஆற்றோடு என்று பொதுவிதிப்படி இறுதி றகரம் இரட்டித்து வரும் (காண்க, 'று' இறுதிப் பெயர்ச்சொற்கள்).

ஆறுக்கு
X
ஆற்றுக்கு

நீ ஆறுக்கே (= ஆறு மணிக்கே) வந்துவிடு
நீ ஆற்றுக்கே (= ஆற்றுப் பக்கம்) வந்துவிடு

இந்த இரு எடுத்துக்காட்டுகள் மேலே கூறியதைப் புரிந்துகொள்ள உதவும்.

ஒப்பிடுக: நூறு.

ஆன

சில பெயர்ச்சொற்களுடன் ஆன என்னும் விகுதியைச் சேர்த்து அந்தப் பெயர்ச்சொற்களைப் பெயரடையாக ஆக்குவது ஏற்றுக்கொள்ளப்பட்ட வழக்கு.

பெயர்ச்சொற்களுடன்

அழகு + ஆன → அழகான (வீடு)
சுவை + ஆன → சுவையான (உணவு)
உண்மை + ஆன → உண்மையான (நண்பன்)

இந்தப் பயன்பாட்டைத் தவிர வேற்றுமை உருபுகளுடனும் வேறு சில சொற்களுடனும் ஆன என்னும் விகுதி மிகுதியாகப் பயன்படுத்தப்படுவது தரவு வழியாகத் தெரிய வருகிறது. அந்த வழக்குகள் கீழே தரப்படுகின்றன.

உருபுகளின் பின்

1. 'கு' வேற்றுமை உருபு ஏற்ற பெயர்ச்சொற்களுடன் இணைந்து உரிய, தேவையான, வேண்டிய என்னும் பொருள்களில் பரவலாக வழங்குகிறது.

இவற்றிற்கான தீர்வுகள்
கல்வி, மதமாற்றத்திற்கான ஒரு கருவி
விழாவிற்கான ஏற்பாடுகள்

2. உடன் என்னும் உருபுடன் இணைந்து உள்ள/இருக்கிற என்னும் பொருளில் வருகிறது.

பிரித்தானியருடனான உறவு
அரசுடனான மோதல்

3. இல் என்னும் வேற்றுமை உருபு ஏற்ற சொற்களுடனும் இணைந்து வருகிறது; ஆனால் எண்ணிக்கையில் குறைவாக உள்ளது. இது 'ஆகு' என்னும் வினையின் பெயரெச்ச வடிவமே.

என்னளவிலான முயற்சிகள்
எண்ணிக்கை அளவிலான பெரும்பான்மை

4. இடையில்/இடையே என்னும் சொல்லுடன் இணைந்துவரும்போதும் உள்ள என்னும் பொருள் வெளிப்படுகிறது. *இடையில்+ஆன*

இரு நாடுகளுக்கு இடையிலான வர்த்தகம்
தலைவர்களுக்கு இடையேயான கருத்து வேறுபாடு

5. ஆன என்பது ஆகு என்னும் வினையிலிருந்து வரும் பெயரெச்ச வடிவமாக இருப்பதால் ஆகு என்னும் வினையின் சில பொருளிலும் வருவது உண்டு. *ஆகு என்னும் வினையின் பொருளில்*

வீட்டை விற்கும்படியான நிலை

இது விற்கும்படி ஆன எனப் பிரித்தும் எழுதப்படலாம்; அப்போது ஆகு என்னும் வினையின் அமைதல் என்னும் பொருள் இங்கு பொருந்துகிறது.

● ஆன என்பது சில பெயர்ச்சொற்களுடன் சேர்வதால் அந்தச் சொற்கள் பெயரடை ஆகின்றன என்பதால் ஆன இணைந்த எல்லாச் சொற்களும் பெயரடைகளாக ஆகிவிடுவதில்லை.

● வேற்றுமை உருபுடன் கூடிவரும் ஆன, தான் சேர்ந்துள்ள சொல்லையும் தன்னைத் தொடர்ந்துவரும் சொல்லையும் இணைக்கும் தொழிலைச் செய்வதாகக் கூறலாம்.

● பெயரடையாகவும் இணைப்பாகவும் பயன்படும்போது ஆன என்பது ஒரு விகுதி; ஆயினும் ஆகு என்னும் வினையின் பெயரெச்சமாகவும் அது வரும் இடங்கள் உண்டு.

எனவே ஆன என்பதைச் சேர்த்து எழுதுவதிலும் பிரித்து எழுதுவதிலும் கவனம் செலுத்தப்பட வேண்டும்.

எழுதும் முறை

இடம், இடது

'இடக்கைப் பழக்கம் உள்ளவர்' என்ற தொடரில் உள்ள இடக்கை இன்று இடது கை என்றும் எழுதப்படுகிறது. இது போலவே வேறுசில உடல் உறுப்புகளுடன் இடது என்பது பெருவழக்காக உள்ளது (எ-டு இடது தொடை, இடது கால்). உயர் நடையில் இடம் என்பது வழங்க (எ-டு இடவலமாக), இக்காலப் பொது எழுத்து நடையிலும் பேச்சிலும் இடது மிகுதியாக வழக்கில் உள்ளது. சில தொடர்களில் இடது என்பதற்குப் பதிலாக இடம் என்பதைப் பயன்படுத்துவது பொருத்தமாக இருக்காது.

இடது என்பதன் பொருத்தம்

இடதுசாரிக் கட்சிகள் ('இடச்சாரி' என்பது பயன்பாட்டில் இல்லை.)
இடது கம்யூனிஸ்ட் ('இடக் கம்யூனிஸ்ட்' என்பது வழக்கில் இல்லை.)

அது போன்றே, சில தொடர்களில் இடம் என்பதே பொருத்தமாக இருக்கும்.

இடம் என்பதன் பொருத்தம்

இடவலமாகச் சுற்றுதல் ('இடதுவலதாக' என்று கூறுவதில்லை)

காண்க: வலம், வலது.

இடு: வினையெச்சத்துடன் இணைக்கப்படுவது

இருபதாம் நூற்றாண்டின் நடுப் பகுதியிலிருந்து இடு என்னும் வினை மற்றொரு வினையுடன்

இணைந்து வருவது கவனிக்கத் தகுந்த அளவிற்குக் கூடியிருக்கிறது. செய்து என்னும் வாய்பாட்டு வினையெச்சத்துடன் (எ-டு சென்று) இடு சேர்ப்பது (சென்றிட்டேன் = சென்றேன்) உயர்நடையாகக் கருதப்படுவதாகத் தெரிகிறது.

- ‘செய்திட/செய்திடல் வேண்டும்’ என்பது பொருளில் ‘செய்ய/செய்தல் வேண்டும்’ என்பவற்றிலிருந்து வேறுபட்டதல்ல. எனவே இடு சேர்ப்பது, பொருள் மாற்றம் தராத ஒரு உயர்நடைப் போக்கு.

பொருள் மாற்றம் இல்லை

- இடு சேர்ந்த வினைகளின் எதிர்மறை வடிவங்கள் வழக்கில் குறைவாகவே காணப்படுகின்றன. (வந்திடாதே, வந்திடாதீர்கள், வந்திடாமல், வந்திடாவிட்டால் போன்ற எதிர்மறை வடிவங்கள் உயர்நடையிலும் பரவலாகப் பயன்படுத்தப்படவில்லை.)

எதிர்மறையில் குறைவு

- வா போன்ற சில வினைகளிலிருந்து வரும் வடிவங்கள் விடு என்னும் துணைவினை இணைந்த வடிவங்களாகவும் இருக்கக்கூடும். இவற்றை இடு இணைந்த வடிவங்களிலிருந்து பிரித்தறிவது கடினமாகவும் இருக்கலாம்.

இடு = விடு?

வந்திடுமோ என்பது வந்துவிடுமோ என்பதாகவும் இருக்கலாம்.

- இடு சேர்ந்த வடிவங்கள் பண்டைய இலக்கியங்களிலும் வந்துள்ளன என்பதால் இக்காலத் தமிழில் ‘இடு’வின் பயன்பாடு உயர்நடை எனக் கருதப்படுவதற்குக் காரணமாகிறது.

இதனுடன்/இத்துடன்

இதனுடன் என்பது இது என்னும் பதிலிடப்பெயர் (pronoun), உடன் என்னும் வேற்றுமை உருபு ஏற்ற

வடிவம் ஆகும். இந்த வடிவம் அன் சாரியை இல்லாமல் இதுடன் என்று வழங்கிவருவதாகத் தெரியவில்லை. ஆனால், இத்துடன் என்பது இதனுடன் என்பதற்கு இணையாக வழக்கில் மிகுதியாகவே காணப்படுகிறது. இதனுடன் உயர்நடையில் ஏற்கப்பட்டாலும் பொதுவாக வழக்கில் மிகுதியாக இருப்பது, இத்துடன் என்பதே.

காண்க: அதனுடன்/அத்துடன்

இதோடு/இத்தோடு

அதோடு அதிகமாகவும் அத்தோடு குறைவாகவும் வழக்கில் இருப்பதைப் போலவே இதோடு என்பது மிகுதியாகவும் இத்தோடு என்பது குறைவாகவும் வழங்கிவரக் காண்கிறோம். இதனோடு என்பதும் இதோடு என்பதுடன் பயன்படுத்தப்படுகிறது.

காண்க: அதோடு/அத்தோடு

இந்தியா: மாநிலங்களின் பெயர்கள்

ஒரு நாட்டின் பெயர், அந்த நாட்டைச் சேர்ந்தவரைக் குறிப்பிடும் பெயர், அந்த நாட்டுக்கான பெயரடை ஆகிய மூன்று வடிவங்கள் ஒரு நாட்டைப் பற்றி எழுதுவதற்குத் தேவைப்படுகின்றன. (காண்க: நாட்டின் பெயர்கள்) இவை போன்றே இந்தியாவின் மாநிலப் பெயர்களும், அந்த மாநிலங்களைச் சேர்ந்தவர்களைக் குறிப்பிடும் பெயர்களும் அந்த மாநிலங்களுக்கான பெயரடைகளும் தேவைப்படுகின்றன. அவை தரவுகளிலிருந்து தொகுக்கப்பட்டுக் கீழே தரப்பட்டுள்ளன.

1. அம் அல்லது ஆ இறுதி

சில மாநிலங்களின் பெயர்கள் தமிழ் முறைப்படி

'அம்' இறுதி பெற்று வழங்கிவருகின்றன. ஆயினும், அவை 'ஆ' இறுதியோடும் வழங்கக் காணலாம். எந்த இறுதியில் மிகுதியாக வழங்குகிறதோ அதை முதலில் காட்டியிருக்கிறோம்.

மாநிலப் பெயர்	மாநிலத்தவர்	மாநிலப்பெயரடை
ஆந்திரா, ஆந்திரம்	ஆந்திரர், தெலுங்கர்[1]	ஆந்திர
கர்நாடகம், கர்நாடகா	கன்னடர்[2]	கர்நாடக
கேரளம், கேரளா	கேரளத்தார் மலையாளி[3]	கேரள
மகாராஷ்டிரம், மகாராஷ்டிரா	மகாராஷ்டிரர், மராத்தியர்[4]	மகாராஷ்டிர
மேகாலயம், மேகாலயா	மேகாலயர்	மேகாலய

1. தெலுங்கர் என்பது ஆந்திர மாநிலத்தவரைக் குறிப்பதைக் காட்டிலும் தெலுங்கு மொழி பேசுபவர் என்பதையே மிகுதியாகக் குறிக்கிறது.
2. கன்னடர் என்பது கர்நாடக மாநிலத்தவரைக் குறிப்பதைக் காட்டிலும் கன்னட மொழி பேசுபவர் என்பதையே மிகுதியாகக் குறிக்கிறது.
3. மலையாளி என்பது மலையாள மொழி பேசுபவர் என்பதையே மிகுதியாகக் குறிக்கிறது.
4. மராத்தியர் என்பது மகாராஷ்டிர மாநிலத்தவரையும் மராத்திய மொழி பேசுபவரையும் குறிக்கலாம்.

2. பிரதேசம் என்பதை இறுதியாகக் கொண்டவை

அருணாசலப்பிரதேசம் -- அருணாசலப்பிரதேச
இமாசலப்பிரதேசம் -- இமாசலப்பிரதேச

உத்தரப்பிரதேசம்	--	உத்தரப்பிரதேச
மத்தியப்பிரதேசம்	--	மத்தியப்பிரதேச

3. ஏனையவை

அந்தமான்	அந்தமானியர்	--
அஸ்ஸாம்	அஸ்ஸாமியர்	அஸ்ஸாமிய
ஒரிசா	ஒரிசாக்காரர்	--
காஷ்மீர், காஷ்மீரம்	காஷ்மீரி	காஷ்மீர
குஜராத்	குஜராத்க்காரர், குஜராத்தி	குஜராத்தி
கோவா	--	--
சத்தீஸ்கர்	--	--
தமிழ்நாடு	தமிழ்நாட்டவர், தமிழர்[5]	தமிழக --
திரிபுரா	--	--
நாகாலாந்து	நாகாலந்தியர்	--
பஞ்சாப்	பஞ்சாபியர், பஞ்சாபி	பஞ்சாபிய
பீஹார், பிகார்	பீஹாரி	--
புதுச்சேரி, பாண்டிச்சேரி	--	--
மணிப்பூர்	--	மணிப்புரி
மிசோராம்	--	--
ராஜஸ்தான், ராஜஸ்தானம்	ராஜஸ்தானியர், ராஜஸ்தானி	ராஜஸ்தான

வங்காளம்	வங்காளி	வங்காள
ஹரியானா	--	--
ஜார்க்கண்ட்	--	--

5. தமிழர் என்பது தமிழ்நாட்டவரையும் தமிழ்மொழி பேசுபவரையும் குறிப்பிடலாம்.

இறு

மண்ணில் கிடந்த மரங்கள் இற்றுப்போயிருந்தன

இந்த வினைக்கு இற்று என்னும் வினையெச்சம் மட்டுமே இன்று மிகுதியாக வழக்கில் உள்ளது. இதுவும் போடு, விடு ஆகிய துணைவினைகளோடு இணைந்து வருவதே மிகுதி. (பேச்சிலும் 'இத்துப் போச்சு', 'இத்துட்டுது' என துணைவினைகளுடன் வருகிறது.) *துணைவினைகளுடன்*

உடு, உடுத்து

உடு என்னும் வினைச்சொல் உடன்பாட்டு, எதிர்மறை வடிவங்களில், குறிப்பாக ஏவல் வடிவத்தில் ('நீ/நீங்கள் வேட்டியை உடு/உடுங்கள்' என்றோ 'நீ/நீங்கள் வேட்டியை உடுக்காதே/உடுக்காதீர்கள்' என்றோ) இக்காலத்தில் பயன்படுத்தப்படுவதில்லை. உடுத்து என்பதுதான் வினையடி ஆகி ஏவல் வடிவங்களிலும் ('நீ/ நீங்கள் வேட்டியை உடுத்து/உடுத்துங்கள்' என்றும் 'நீ/நீங்கள் வேட்டியை உடுத்தாதே/உடுத்தாதீர்கள்' என்றும்) பிற வடிவங்களிலும் (உடுத்தி, உடுத்திய, உடுத்துகிறேன், உடுத்தினேன் முதலிய வடிவங்களில்) வழங்குகிறது. *வினைத்திரிபு வேறு*

காண்க: நிமிர்த்து, நிமிர்; போர்த்து, போர்

உற்று

இது உறு என்னும் வினைச்சொல்லின் வினையெச்ச வடிவமாக இருந்தாலும் அந்த வினையின் பொருளில் (அனுபவித்தல்) வருவதில்லை. உற்று சில வினைச் சொற்களுக்கு அடையாக வருவதே மிகுதி. அவ்வாறு அடையாக வரும்போது இதற்கு உன்னிப்பாக என்பது பொருளாக அமைகிறது. கண்ணின் தொழிலைக் குறிப்பிடும் நோக்கு, பார் ஆகிய இரு வினைச்சொற்களுக்கு அடையாக உற்று மிகுதியாக வருகிறது. (தரவில் உற்று நோக்கு 160 முறைகளும், உற்றுப் பார் 135 முறைகளும் வந்துள்ளன. காண் என்னும் வினைக்கு அடையாக வருவதாகத் தெரியவில்லை.) செவியின் தொழிலைக் குறிப்பிடும் கேள் என்னும் வினைச்சொல்லிற்கு அடையாகவும் (உற்றுக் கேள் என்பது பத்திற்கு மேற்பட்ட இடங்களில்) வருகிறது. கவனி என்னும் வினைச்சொல்லிற்கு அடையாகவும் வருகிறது. (உற்றுக் கவனி என்பது தரவில் இருபத்தைந்துக்கு மேற்பட்டு வந்துள்ளது.)

உற்று நோக்கு 160

காண்க: கூர்ந்து.

உன்னவர், என்னவர் முதலியவை

உன், உங்கள், என், எங்கள், நம் ஆகிய வேற்றுமை ஏற்கும் வடிவங்களுடன் அவர், அவள் இணைக்கப்பட்ட உன்னவர், உன்னவள், என்னவர், என்னவள், நம்மவர், உங்களவர், எங்களவர் ஆகிய சொற்கள் இன்று வழங்கிவருகின்றன. இவை சூழலுக்கு ஏற்ப வெவ்வேறு நபரைச் சுட்டுகின்றன.

'உன்னவர் என்ன சொன்னார்?' என்பது கணவன் அல்லது காதலனைக் குறிப்பிடலாம். 'அவர் நம்ம-

வர்' என்பது 'நம் இனத்தைச் சேர்ந்தவர்', 'நம் குழுவைச் சேர்ந்தவர்' என்று சூழலுக்கு ஏற்றவாறு பொருள்கொள்ளப்படலாம்.

சூழலுக்கேற்ற பொருள்

உன் மனைவி, உன் கணவர் போன்று உரியவர்களை இரு சொற்களால் குறிப்பிட வேண்டியவற்றை உன்னவள், உன்னவர் என்று சொல் அளவிலேயே குறிப்பிடும் வசதியை இவை தருகின்றன. இந்த வசதி இருந்தாலும் இவை நெருங்கிய வட்டத்திற்குள் பயன்படும் சொற்களாகவே உள்ளன.

இரு சொல் → ஒரு சொல்

உனது, எனது முதலியவை

தன்மை, முன்னிலை, படர்க்கை ஆகிய மூன்று இடத்திற்கு உரிய பதிலிடப்பெயர்களோடும் (pronouns) அது என்னும் வேற்றுமை உருபு இணைக்கப்படுகிறது.

1. எனது, எமது, நமது, எங்களது ஆகிய தன்மை இடப் பெயர்களில் நமது, எனது இரண்டும் மிக அதிகமாக வழங்கிவருகின்றன. எங்களது என்பது மிகக் குறைவாகவே காணப்படுகிறது.

2. உனது, உமது, உங்களது ஆகிய முன்னிலை இடப் பெயர்களிலும் உங்களது மிகக் குறைவாகவே பயன்படுகிறது.

3. அவனது/ இவனது, அவளது/ இவளது, அவரது/ இவரது, அவர்களது/ இவர்களது ஆகிய படர்க்கை இடப் பெயர்களில் அவரது, அவனது இரண்டும் அதிக அளவிலும் அவர்களது குறைந்த அளவிலும் வழங்கிவரக் காண்கிறோம்.

அதனது/ இதனது மிகக் குறைவாகவே பயன்பாட்டில் உள்ளன.

அவற்றினது/இவற்றினது இரண்டும் பயன்பாட்டில் இருப்பதாகத் தெரியவில்லை.

- இந்த வடிவங்களின் பின் எல்லா விதமான (அஃறிணை, உயர்திணை) பெயர்களும் வருகின்றன; அவை ஒருமையாகவோ பன்மையாகவோ இருக்கின்றன.

எனது கை/ கைகள், நண்பன்/ நண்பர்கள்
அவரது நிலம்/ நிலங்கள், மகன்/ மகன்கள்
இவர்களது வீடு/ வீடுகள், வேலைக்காரன்/ வேலைக்காரர்கள்
அதனது தேவை/ தேவைகள்

எண்களை எழுத்தால் எழுதுதல்

- *1* முதல் *10* வரை உள்ள எண்களை எழுத்தால் எழுதுவதில் எழுத்துக்கூட்டல் (spelling) சிக்கல் இல்லையென்றாலும் இந்த எண்கள் சிலவற்றின் பேச்சுத் தமிழ் வடிவங்கள் எழுத்துத் தமிழ் வடிவங்களோடு கலந்து வழங்கிவருகின்றன.

பேச்சுத் தமிழ் வடிவங்கள்

ஒன்று = ஒண்ணு, இரண்டு = ரெண்டு, மூன்று = மூணு, நான்கு = நாலு, ஐந்து = அஞ்சு, ஒன்பது = ஒம்பது

- *12, 13, 14* ஆகிய எண்களை எழுத்தால் எழுதுவதில் சந்தி விதியைப் பின்பற்றிய முறையிலும் புதிய முறையிலும் காணப்படுகின்றன.

விதியைப் பின்பற்றிய வடிவம்: பன்னிரண்டு *(பன்+இரண்டு); பிற வடிவங்கள்:* பன்னிரெண்டு, பனிரண்டு, பனிரெண்டு
விதியைப் பின்பற்றிய வடிவம்: பதின்மூன்று; *பிற வடிவம்:* பதிமூன்று
விதியைப் பின்பற்றிய வடிவம்: பதினான்கு *(பதின் + நான்கு); பிற வடிவம்:* பதிநான்கு

• *20, 30, 40, 50, 60, 70, 80, 90, 100, 1000* ஆகிய எண்கள் வேறொரு எண்ணை ஏற்கும்போது இறுதியில் உள்ள பது, பத்து என்று ஆகும்.

இருபது + இரண்டு = இருபத்திரண்டு (இருபத்து + இரண்டு)
இருபது + நான்கு = இருபத்துநான்கு

இதுபோன்றே மேலே காட்டிய எண்கள் அனைத்தும் எழுதப்படுகின்றன.

ஆயினும், இக்காலத்தில் இருபத்து என்பதற்குப் பதிலாக இருபத்தி என்னும் (இகரம் இறுதியில் உள்ள) வடிவமும் பிற எண்களை ஏற்கக் காணலாம்.

இருபத்தி? முப்பத்தி ?

இருபத்தியிரண்டு
இருபத்தி நான்கு

மேலே காட்டியிருக்கும் எல்லா எண்களும் (30, 40 முதலியவை) இகர இறுதி வடிவத்தில் (முப்பத்தி, நாற்பத்தி என்ற முறையில்) எழுதப்படுவதைப் பரவலாகக் காண முடிகிறது.

• *120, 130, 1008, 1230* முதலிய மூன்று, நான்கு இலக்க எண்களை எழுத்தால் எழுதும்போது நூறு, ஆயிரம் என்பவற்றோடு சேரும் மற்றொரு எண் உயிரெழுத்தில் தொடங்குமானால் சேர்த்து எழுதப்படுவதும் மெய்யெழுத்தில் தொடங்குமானால் பிரித்து எழுதப்படுவதும் பரவலான முறையாகக் காணப்படுகிறது.

நூற்றிருபது
நூற்று முப்பது
ஆயிரத்தெட்டு
ஆயிரத்திருநூற்று முப்பது

ஒண்ணு, ரெண்டு போன்ற பேச்சுத் தமிழ் வடிவங்களும் பனிரெண்டு போன்ற சந்தி விதியைப் பின்பற்றாத அல்லது புதிய சந்தி விதி கூற வேண்டிய வடிவங்களும் இருபத்தி, ஆயிரத்தி போன்ற இகர இறுதியைக் கொண்ட வடிவங்களும் பெரும்பாலும் எழுத்துத் தமிழில் தவிர்க்கப்படுகின்றன.

ஏமாத்தல்

நிதி நிறுவனத்தில் பணம் போட்டு ஏமாந்தவர்கள்பலர்.
சற்று ஏமாந்தால் போதும், நம்மைக் கவிழ்த்துவிடுவார்கள்.

ஏமாந்தவர் போன்ற வினையாலணையும் பெயர்களும் ஏமாந்தேன் போன்ற வினைமுற்றுகளும் ஏமாந்து, ஏமாந்த ஆகிய வினையெச்சங்களும் இந்த வினைக்குக் கிடைக்கும் இறந்தகால வடிவங்களாகும். நிகழ்காலத்தையோ எதிர்காலத்தையோ காட்டக்கூடிய வடிவங்கள் இக்காலத்தில் இந்த வினைக்கு இல்லை. *இறந்தகாலத்தில்*

(குறிப்பு: ஏமாறு என்பது வேறொரு வினையாகும்; ஏமாற்று என்பது ஏமாறு என்பதன் பிறவினை ஆகும்; இந்த வினைகளுக்கு மூன்று கால வடிவங்களும் உண்டு.)

ஐ

இந்தத் தமிழ் எழுத்திற்கும் 'ஜ' என்னும் கிரந்த எழுத்திற்கும் உள்ள வடிவ வேறுபாட்டை மொழி கற்கத் தொடங்குபவர்கள் கவனிக்கத் தவறிவிடுவதுண்டு.

காண்க: ஜ

ஒண்ணு-தல்

அவள் படும் துயரத்தைச் சொல்ல ஒண்ணாது

ஒண்ணாது, ஒண்ணாமல், ஒண்ணாத, ஒண்ணாதது முதலிய எதிர்மறை வடிவங்களையே கொண்டதாக இந்த வினை உள்ளது. ஒண்ணுகிறது, ஒண்ணுவது போன்ற உடன்பாட்டு வடிவங்கள் இந்த வினைக்கு இல்லை.

எதிர்மறை வடிவங்களில்

குறிப்பு: ஒண்ணும் என்பது உடன்பாட்டு வடிவமாக இருந்தாலும் அது 'ஓ' என்னும் வினா இடைச்சொல் ஏற்று எதிர்மறைப் பொருளிலேயே (ஒண்ணுமோ = ஒண்ணாது) வழங்குகிறது.

ஒரு/ ஓர்

ஒரு, ஓர் ஆகிய இரண்டும் ஒன்று என்பதன் பெயரடைகள். ஒரு என்பது மெய்யெழுத்தில் தொடங்கும் சொற்களுக்கு முன்பும் ஓர் என்பது உயிரெழுத்தில் தொடங்கும் சொற்களுக்கு முன்பும் பயன்படுத்தப்பட வேண்டும் என்று பாடநூல்கள் கூறும்.

1. பேச்சுத் தமிழில் ஒரு மட்டுமே வழங்குகிறது. பேச்சுத் தமிழ்க் கூறுகளை உடைய வழக்கு ஒன்றில் மட்டும் ஓர் என்பது காணப்படுகிறது. கணிதத்தில் பெருக்கல் வாய்பாட்டில் ஓர் வழங்கிவருகிறது.

ஒரு: பேச்சுத் தமிழ்

   ஓரொண்ணு (ஓர் + ஒண்ணு) ஒண்ணு
   ஓரிரண்டு (ஓர் + இரண்டு) ரெண்டு
   ஓரஞ்சு (ஓர் + அஞ்சு) அஞ்சு

இவை போன்று ஆறு, ஏழு, எட்டு, ஒன்பது ஆகிய உயிரெழுத்தில் தொடங்கும் எண்ணுப்பெயர்களின் முன் பெருக்கல் வாய்ப்பாட்டில் மட்டும் ஓர் பயன்-

படுத்தப்படுகிறது. (ஒண்ணு, ரெண்டு, அஞ்சு முதலியவை பேச்சுத் தமிழில் வழங்குபவை.)

எழுத்துத் தமிழில் மெய்யெழுத்தின் முன் ஒரு பயன்படுத்தப்படுவது மிகுதி என்றாலும் பேச்சு வழக்கை ஒட்டிய தொடர்களில் உயிரெழுத்துக்களின் முன்பும் ஒரு வருவதைக் காண முடிகிறது.

ஒரு: உயிரெழுத்தின் முன்

ஒரு ஊரில்
ஒரு அதட்டுப் போட்டார்
ஒரு ஓரமாக
ஒரு ஈ, காக்கா கிடையாது

2. பெரும்பாலும் ஓர் என்பது உயிரெழுத்துக்களுக்கு முன்புதான் எழுத்துத் தமிழில் பயன்படுத்தப்படுகிறது. குறைவாக, இலக்கிய மேற்கோள் போன்ற தொடர்களில் ஓர் மெய்யெழுத்துக்களுக்கு முன்பும் வருகிறது.

ஓர்: உயிரெழுத்து மெய்யெழுத்தின் முன்

எல்லோரும் ஓர் குலம், ஓர் நிறை

மேலும், ஓர் என்பது ஒன்று என்னும் எண்ணின் பெயரடையாக இல்லாமல் தான் தழுவுகிற பெயரின் சிறப்பை அல்லது தனித் தன்மையை குறிப்பிடுவதாக இருப்பதுண்டு. அப்போது மெய்யெழுத்திற்கு முன்பும் ஓர் பயன்படுத்தப்படுகிறது.

ஓர்: சிறப்பு

விலை மதிப்பற்ற ஓர் வைரம்
நாட்டுக்குத் தியாகங்கள் பல புரிந்த ஓர் குடும்பம்
குழந்தைகளின்மீது அப்படி ஓர் பாசம்

3. தனியாக இல்லாமல் ஒரு சொல்லின் பகுதியாக இருக்கும்போது ஒரு, ஓர் ஆகிய இரண்டும் எவ்வாறு பயன்படுகின்றன என்பதையும் காண்பது இந்த இரு பெயரடைகளையும் முழுமையாகப் பார்ப்பதற்கு உதவும்.

ஒரு, ஓர்: சொல்லின் ஒரு பகுதி

ஒவ்வொரு அமாவாசையிலும்
வேறொரு ஊரில்
மற்றொரு இடத்தில்
இன்னொரு ஆட்டம்

இவ்வாறு சொல்லின் பகுதியாக ஒரு இடம்பெற்று உயிரெழுத்துக்களின் முன் மிகுதியாகவே பயன்-படுத்தப்படுகிறது. இருப்பினும்

ஒவ்வோர் அதிகாரத்திலும்
வேறோர் இடத்திற்கு
மற்றோர் அறையில்

என வேறொரு சொல்லின் பகுதியாக ஓர் இடம்-பெற்று உயிரெழுத்துக்களின் முன் வருவதையும் காண முடிகிறது.

தனி நிலையில் உயிரெழுத்துக்களின் முன் ஓர் இட வேண்டும் என்று விதிப்பவர்கள்கூட வேறொரு சொல்லின் பகுதியாக ஓர் இடம்பெறுவது உயி-ரெழுத்துக்களின் முன்புதான் என்று வலியுறுத்துவ-தில்லை.

4. ஒரு, ஓர் என்பவற்றோடும் இவற்றை அடுத்து வருகிற பெயர்ச்சொற்களோடும் இணைகிற சில இடைச்சொற்கள் பயன்படும் முறை கவனத்திற்கு உரியதாக இருக்கிறது.

ஒரு + ஏ = ஒரே

ஒரு ஆள் செய்த வேலை
ஒரே ஆள் செய்த வேலை

மேலே காட்டிய இரு எடுத்துக்காட்டுகளில் ஒரு என்பதும் ஏ என்னும் இடைச் சொல் இணைந்த ஒரே என்பதும் பயன்படுத்தப்பட்டுள்ளன. ஓர் என்பதோடு ஏ இணைவதில்லை.

ஆவது என்பது ஒரு என்பதை அடுத்துவருகிற பெயர்ச்சொல்லோடு சேர்க்கப்படுவதுண்டு.

ஒரு ஆள்+ ஆவது

ஒரு ஆளாவது
ஒரு இலையாவது

ஒரு என்பதற்குப் பதிலாக ஓர் பயன்படுத்தப்பட்டால் பெயர்ச்சொல்லில் ஏனும் சேர்க்கப்படுவது பொருத்தமாக இருக்கிறது.

ஓர் ஆள் + ஏனும்

ஓர் ஆளேனும்
ஓர் இலையேனும்

கூட என்பது ஒரு, ஓர் ஆகிய இரண்டையும் அடுத்து-வருகிற பெயர்ச்சொல்லோடு சேர்க்கப்பட்டாலும் ஒரு என்பதை அடுத்து வருகிற சொல்லுடன் இணைவதே மிகுதி.

ஒரு அடி கூட
ஒரு ஈ காக்கா கூட
ஓர் ஆண்டு கூட

ஒருவன், ஒருத்தன், ஒருத்தி, ஒருவள்

1. ஓர் ஆணைக் குறிப்பிடும் ஒருவன், ஒரு பெண்ணைக் குறிப்பிடும் ஒருத்தி ஆகிய இரு சொற்களும் எழுத்து வழக்கில் நிலைபெற்றுவிட்டன. ஒருவன் ஒருத்தன் ஆகிய இரண்டில் பேச்சு வழக்கில் அதிகமாகப் பயன்படுவது ஒருத்தன். ஆனால், ஒருத்தி என்பது எழுத்திலும் பேச்சு வழக்கிலும் வழங்குகிறது.

பேச்சில்:
ஒருத்தன்

ஒருத்தன் என்பது பேச்சுத் தமிழில் மிகுதியாகப் பயன்படுத்தப்படுகிறது. ஆயினும் எழுதும்போது ஓரிரு இடங்களில் அதன் பொருத்தம் அறிந்து பயன்-

படுத்தப்படுகிறது. 'இவன் ஒருத்தன், எதற்கெடுத்தாலும் தடை சொல்லுவான்' என்ற வாக்கியத்தில் ஒருத்தன் என்பதற்கு மாற்றாக ஒருவன் என்பதைப் பயன்படுத்துவது குறைவு.

2. அவன்/அவள், நல்லவன்/நல்லவள் போன்ற முறையில் ஒருவன் என்பதன் இணையாக ஒருவள் ஏற்படுத்தப்பட்டிருக்க வேண்டும். ஒப்புமையாக உருவாக்கப்பட்ட ஒருவள் என்பது பேச்சிலும் எழுத்திலும் மிகக் குறைவான வழக்குடைய சொல்லாக உள்ளது. மேலும், ஒருவள் என்ற சொல் தவறான சொல் என்று கற்றுக்கொடுக்கப்படுகிறது. ஒருவள் என்பது தரவில் ஒரு முறைதான் வந்துள்ளது.

ஒருவள்: வழக்கில் இல்லை

எங்கள் வினாநிரலை நிறைவுசெய்து தந்த இருபது பேரில் ஒருவள் என்னும் சொல்லை இருவரே ஏற்றுக்கொண்டுள்ளனர்.

ஒருவள் என்பது ஒருவன் என்பதற்கு இணையாக, இலக்கண விதியை மீறாமல் உருவாக்கப்பட்ட சொல் என்றாலும், மொழிக்குக் கூடுதலாகக் கிடைத்திருக்கும் ஒரு சொல் என்றாலும் தரவுகளில் இந்தச் சொல்லின் வரவுஎண்ணிக்கையும் வினாநிரல்கள் வழியாகக் கிடைத்த பதில்களும் இச்சொல் பரவலாகப் பயன்படுத்தப்படும் என்பதைக் கோடிகாட்டவில்லை.

(குறிப்பு: தென் திராவிட மொழிகளில் கன்னடத்தில் ஒப்பளு (obbaḷu) என்பது மட்டுமே வழக்கில் உள்ளது. மலையாளத்தில் ஒருவள், ஒருத்தி என்று இரு சொற்கள் இருந்தாலும் ஒருத்தி என்பதே பொது வழக்கில் மிகுதி.)

ஒப்பளு = ஒருவள்

ஒவ்வு-தல்

உணவில் உங்களுக்கு ஒவ்வாததை விலக்க வேண்டும்

ஒவ்வு என்னும் வினையிலிருந்து உருவாகி வழங்கி-வருபவை ஒவ்வாதது, ஒவ்வாத, ஒவ்வாமல், ஒவ்வாது, ஒவ்வா முதலிய எதிர்மறை வடிவங்களே. ஒவ்வு-கிறது, ஒவ்வுவது போன்ற உடன்பாட்டு வடிவங்-கள் வழக்கில் இல்லை.

(குறிப்பு: 'இது ஒவ்வும் ஒவ்வாது என்பதை எவ்வாறு முடிவுசெய்வது?' என்னும் வாக்கியத்தில் ஒவ்வும் என்பது உடன்பாட்டு வடிவமே. 'ஒவ்வும் ஒவ்வாது' என்னும் இணையிலேயே அது மிகுதியாக வரு-கிறது.)

ஒன்று: ஒன்றாவது/ஒன்றாம், முதலாவது/முதலாம்

ஒன்று, இரண்டு, மூன்று முதலிய முதன்மை எண்ணுப்-பெயர்களுடன் ஆவது, ஆம் ஆகிய விகுதிகளைச் சேர்க்க, அவை முறைமைப்பெயர்கள் (ordinal numbers) ஆகும்.

ஒன்று என்னும் எண்ணிற்கு மட்டும் கூடுதலாக முதலாவது, முதலாம் என்னும் இரு வடிவங்கள் வழங்குகின்றன.

- வழக்கமாக முதலாவது வரும் இடத்தில் இன்று ஒன்றாவது வருவது ஏற்றுக்கொள்ளும்படியாக இல்லை.

நான்கு சிலிண்டர் இன்ஜினில் ஒன்றாவது பிஸ்டன்...
('முதலாவது பிஸ்டன்' என்பதற்குப் பதில் 'ஒன்றாவது' வந்துள்ளது ஏற்புடையதாக இல்லை).

ஏற்புடையது: முதலாவது

முதுகுத் தண்டின் ஒன்றாவது துண்டம்
(முதலாவது துண்டம் என்பதே ஏற்புடையது)

- ... முதல் ... வரை ஆகிய இரண்டும் பயன்படும் வாக்கியத்தில் ஒன்றாவது என்பதே பயன்படுத்தப்படுகிறது.

ஏற்புடையது: ஒன்றாவது

ஒன்றாவது முதல் எட்டாவது வரை படிக்கும் மாணவ, மாணவியர்

(இதில் முதலாவது என்பதைப் பயன்படுத்த வேண்டுமானால் முதலாவது வகுப்பு முதல் எட்டாவது வகுப்பு வரை... என வகுப்பு அறிமுகப்படுத்தப்பட வேண்டும்.)

- பள்ளி வகுப்புகளை ஒன்றாம்/முதலாவது வகுப்பு எனக் குறிப்பிடுவது வழக்கில் உள்ளது. புகைவண்டியில் முதல்/முதலாவது வகுப்புப் பெட்டி என்பதே ஏற்றுக்கொள்ளப்படும் வழக்கு.

பாடநூலில் ஒன்றாம் பாடம் என்று கூறலாம். ஆயினும் உருவகமாக (figuratively) கூறும்போது முதல் அல்லது முதலாவது என்பதே ('வாழ்க்கையில் நான் கற்றுக்கொண்ட முதல்/முதலாவது பாடம்') ஏற்றுக்கொள்ளப்பட்ட வழக்கு.

உருவகத்தில்: முதல் பாடம்

ஓ ... ஓ

இந்த மருந்தைக் காலையிலோ மதியத்திலோ இரவிலோ சாப்பிடலாம்

காலை, மதியம், இரவு ஆகிய மூன்று வேளைகளில் எந்த ஒரு நேரத்திலும் மருந்து சாப்பிடலாம் என்பதை (காலை, மதியம், இரவு ஆகிய மூன்று சொற்களிலும் சேர்க்கப்பட்டிருக்கும்) 'ஓ' என்னும் இடைச்சொல்லின் பயன்பாடு உணர்த்துகிறது.

- அடுக்கிவரும் 'ஓ' என்னும் இடைச்சொல் அல்லது என்ற பொருளைத் தருவதால் 'ஓ' என்பதோடு அல்லது என்பதைப் பயன்படுத்தத் தேவையில்லை.

அல்லது தேவையில்லை

இந்த மருந்தைக் காலையிலோ அல்லது மதியத்திலோ அல்லது இரவிலோ சாப்பிடலாம்.

மேலே காட்டியவாறு 'ஓ'வையும் அல்லது என்பதையும் இணைத்துப் பயன்படுத்துவது தேவையற்றது (அல்லது என்பதைப் பயன்படுத்தினால் 'ஓ'வை விட்டுவிடலாம். 'இந்த மருந்தைக் காலையில் அல்லது மதியத்தில் சாப்பிடலாம்'.)

குழந்தையை நானோ என் மனைவியோ அல்லது வேலையாளோ பள்ளிக்குக் கூட்டிச்செல்வோம்

குழந்தையைப் பள்ளிக்குக் கூட்டிச்செல்வது பெரும்பாலும் முதலில் கூறப்பட்ட இருவராகவும் குறைவான சமயங்களில் மூன்றாவதாகக் கூறப்பட்டவராகவும் இருப்பார் என்னும் கருத்தில் அல்லது முன்னுரிமை தரும் வரிசையில் மேலே காட்டியவாறு அல்லது என்பதைப் பயன்படுத்துவது ஏற்றுக்கொள்ளக்கூடியதாக உள்ளது.

முன்னுரிமையில்: அல்லது தேவை

கள்: கிழமைப் பெயர்களுடன் பன்மை விகுதி

மின்வெட்டு அமலில் இருக்கும் காலத்திலும் ஞாயிற்றுக்கிழமைகளில் மின்வெட்டு இருக்காது.

ஒரு வாரத்தில் ஒரு ஞாயிற்றுக்கிழமைதான் உண்டு என்றாலும் ஒரு காலப்பகுதியில் வரும் அனைத்து ஞாயிற்றுக்கிழமைகளையும் கணக்கில் எடுத்துக்கொண்டு ஓர் அறிவிப்பு செய்ய நேரிடும்போது ஞாயிற்றுக்கிழமைகள் என்று கிழமைப் பெயருடன் கள் விகுதி சேர்க்கப்படுகிறது. மேலே கூறிய எடுத்துக்-

காட்டில் மின்வெட்டு அமலில் இருக்கும் காலப்-பகுதியில் வரும் அனைத்து ஞாயிற்றுக்கிழமைகளும் குறிப்பிடப்படுகின்றன.

புரட்டாசி சனிக்கிழமைகளில் பெருமாளைச் சேவிப்பார்

இங்கு ஒரு மாதத்தில் வரும் சனிக்கிழமைகள் அனைத்தையும் குறிப்பிட கள் விகுதி பயன்படுகிறது.

திரையரங்குகளில் வெள்ளிக்கிழமைகளில்தான் புதுப் படங்கள் போடுகிறார்கள்.

கிழமைகளில்
X
கிழமை தோறும்

புதுப் படம் போடுவதானால் அது வெள்ளிக்கிழமைகளில்தான், மற்ற நாட்களில் அல்ல என்பதை வெள்ளிக்கிழமைகளில் என்பது உணர்த்துகிறது.

வெள்ளிக்கிழமை தோறும் புதுப் படம் போடுகிறார்கள்

இந்த எடுத்துக்காட்டை மேலே காட்டிய வெள்ளிக்கிழமைகளில்தான் ... என்பதோடு ஒப்பிட்டால் 'தவறாமல் ஒவ்வொரு வெள்ளிக்கிழமையிலும்' என்பதை 'வெள்ளிக்கிழமை தோறும்' உணர்த்த, 'புதுப்படம் போடும் நாள் வெள்ளிக்கிழமையாகவே இருக்கும்' என்பதை வெள்ளிக்கிழமைகளில் என்பது புலப்படுத்துகிறது.

● கிழமைப் பெயர்களில் பன்மை விகுதியாகிய கள் ஒரு புதிய பயன்பாட்டுக்காகச் சேர்க்கப்படுகிறது.

● புதிய பயன்பாடு கிழமைகளின் பெயர்களோடு பெரும்பாலும் காணப்படுகிறது.

● கள் விகுதியுடன் இல் என்னும் வேற்றுமை உருபு மிகுதியாகச் சேர்க்கப்படுகிறது.

- ஆங்கிலத்தில் on Sundays, Mondays, etc. என்று கூறுவதை ஒட்டிய வழக்காகத் தமிழில் கிழமை + கள் + இல் தெரிகிறது.

கள்: பத்தாண்டைக் குறிக்கும் விகுதி

1. ஒரு நூற்றாண்டின் ஏதேனும் பத்தாண்டு காலப் பகுதியைக் குறிப்பிட இருபது, முப்பது, நாற்பது, ஐம்பது, அறுபது, எழுபது, எண்பது, தொண்ணூறு ஆகிய சொற்களோடு கள் விகுதியைச் சேர்ப்பது இன்றைய தமிழில் பரவலாகக் காணப்படுகிறது.

இருபது, முப்பது ... + கள்

நூற்றாண்டின் எந்தப் பத்தாண்டு வேண்டுமோ அந்தப் பத்தாண்டை எண்ணால் அல்லது எழுத்தால் எழுதி அதன் பின் கள் விகுதி சேர்ப்பது வழக்கமாகிவிட்டது.

40கள்
ஐம்பதுகள்

- கள் விகுதியுடன் இல், இன் என்னும் இரண்டு வேற்றுமை உருபுகள்தான் மிகுதியாகப் பயன்படுத்தப்படுகின்றன.

கள் + இல்

- கள் விகுதி பத்தாண்டு காலத்தை மொத்தமாகக் குறிப்பிடுவதால் தேவை கருதி அந்தக் காலத்தின் பகுதிகளைத் தொடக்கம், முற்பகுதி, பிற்பகுதி, நடுப்பகுதி, இறுதி போன்ற சொற்களால் குறிப்பிடுவதும் உண்டு.

1950களின் நடுப்பகுதி வரை
1970களின் ஆரம்பத்திலிருந்து
எழுபதுகளின் பிற்பகுதியில்

- இரண்டு பத்தாண்டுகளைக் குறிப்பிட கள் விகுதி இரண்டு சொற்களிலும் (நாற்பதுகளிலும் ஐம்பது-

களிலும்) அல்லது இரண்டாவது சொல்லின் இறுதி-
யில் மட்டும் (நாற்பது, ஐம்பதுகளில்) இணைக்கப்-
படுவதைக் காணலாம்.

2. வாக்கில் என்ற சொல் 'குறிப்பிட்ட காலத்தை
ஒட்டி' என்னும் பொருளில் பயன்படுத்தப்படுகிறது.
இந்தச் சொல்லும் பத்தாண்டைக் குறிக்கும் கள்
விகுதியின் பின் சேர்க்கப்படுவது உண்டு ('தொண்-
ணூறுகள் வாக்கில்'). என்றாலும், கள் விகுதி இல்லா-
மல் வாக்கில் ('தொண்ணூறு வாக்கில்') பயன்-
படுத்தப்படுவதே மிகுதி.

கள் + வாக்கில்

3. ஒருவருடைய வாழ்க்கையின் ஏதேனும் ஒரு
பத்தாண்டுக் காலத்தை (ஆங்கிலத்தில் in her
thirties என்று குறிப்பிடுவது போல்) காட்டத்
தமிழில் கள் பயன்படுத்தப்படுவதைத் தரவில் காண
முடியவில்லை.

கறுப்பு/ கருப்பு

தற்காலத் தமிழில் றகரத்துடனும் ரகரத்துடனும்
இந்த நிறப்பெயர் எழுதப்படுகிறது. தரவுகளில்
இருவகையிலும் எழுதப்படும் நிலையைக் காண்கி-
றோம்; என்றாலும், கறுப்பு என்பதே மிகுதியாக
(இருநூறுக்கு மேல்) பயன்படுத்தப்பட்டிருக்கிறது.
கறு என்பது வினைச்சொல்லாகப் பயன்படுகிறது
(முகம் கறுத்துவிட்டது). வினையடியோடு பு விகுதி
சேர்த்துப் பெயர்ச்சொல் உண்டாக்குவது உண்டு
(வெறு → வெறுப்பு, மறு → மறுப்பு, அறு → அறுப்பு).
இந்த முறையில் கறு என்பதிலிருந்து கறுப்பு வந்தி-
ருக்கிறது. மற்றொரு நிறப் பெயரான சிவப்பு
என்பதும் சிவ என்ற வினையடியிலிருந்துதான்
வந்திருக்கிறது.

கறு → கறுப்பு

கருமை என்னும் பண்புப்பெயரில் உள்ள மை விகுதி நீங்கிக் கரு அடையாக வழங்குகிறது (கருமேகம், கருங்கூந்தல்). அடையாக வரும் கரு என்பதைக் கறு என்று எழுதுவதில்லை. கருமை போன்ற மை விகுதிப் பண்புப் பெயர்களில் மை விகுதி நீக்கப்-பட்டு 'பு' சேர்க்கப்படுவதில்லை. (பசுமை என்பதில் மை விகுதி விடப்பட்டுப் பசுப்பு என 'பு' விகுதி சேர்க்கப்படுவதில்லை.)

கருமை → கரு

எனவே, நிறத்தைக் குறிப்பதற்குக் கறுப்பு என்பதும் அந்த நிறத்தைக் குறிப்பிடுகிற அடையாகக் கரு என்பதும் ஒன்றோடொன்று கலக்காமல் வழங்கி வந்திருக்கின்றன.

கறுப்பு - பெயர்
கரு - அடை

ஆனால் கறுப்பு, கருப்பு என்ற சொற்கள் கலந்து வழங்கும் நிலை (கரு நிறம் → கருப்பு நிறம்) ஏற்படக் காரணமாக இந்த அடை இருந்திருக்கிறது.

தரவுகளின் அடிப்படையிலும், ஒன்றோடொன்று கலக்காத இணையான போக்குகள் காட்டும் தெளி-வினாலும் நிறத்தைக் குறிப்பிடும் சொல் கறுப்பு என்பது ஏற்றுக்கொள்ளக் கூடியதாக உள்ளது.

கன்று

கன்று என்னும் சொல் இக்காலத்தில் சில விலங்கு-களின் குட்டியைக் குறிப்பிட வழங்கிவருகிறது.

எருமைக்கன்று, பசுங்கன்று, யானைக்கன்று, மான்கன்று.

● யானைக்கன்றையும், மான்கன்றையும் குட்டி என்னும் பொதுச் சொல்லாலும் குறிப்பிடுவதுண்டு. மாட்டின் கன்றைக் கன்றுக்குட்டி என்று பேச்சுவழக்-கில் குறிப்பிடுவதுண்டு.

- விலங்குகளைத் தவிரச் சில தாவரங்களின் இளஞ் செடியையும் கன்று என்ற சொல்லால் குறிப்பிடுவதுண்டு.

    தென்னங்கன்று, வேப்பங்கன்று, கறிவேப்பிலைக்கன்று, மாங்கன்று, வாழைக்கன்று, பலாக்கன்று.

கா

பாதுகாத்தல் என்னும் பொருளுடைய இந்த வினை ஏவலாகப் பயன்படுத்தப்படுவதில்லை. ('உன்னைக் கா' என்றோ 'உன்னைக் காக்காதே' என்றோ வழங்குவதில்லை.) கொள் என்னும் துணைவினை இணைந்த 'காத்துக்கொள்' என்பது முன்னிலை ஏவலாகப் பயன்படுத்தப்படலாம் ('உன்னைக் காத்துக்கொள்').

'கொள்' என்பதோடு ஏவல் வடிவம்

காலம்செல், காலமாகு

இறத்தல் என்னும் பொருளுடைய இந்த வினைகளை நிகழ்காலத்திலோ எதிர்காலத்திலோ பயன்படுத்துவதில்லை; இறந்தகால வடிவங்களே (காலமாகி, காலம்சென்ற, காலம்சென்றார், காலமானார் ஆகியவை) வழக்கில் உள்ளன.

இறந்தகால வடிவங்களில்

(குறிப்பு: காலம்செல், காலமாகு என்பவை போல் அல்லாமல் மரணமடைதலைக் குறிக்கும் இற, சா, மரி என்னும் வினைகள் எல்லாக் காலங்களிலும் பயன்படுத்தப்படுகின்றன.)

காறும்

வரை என்னும் பொருளுடைய இந்தச் சொல் இக்காலத்தில் சற்று அதிக எண்ணிக்கையில் இது என்னும் சுட்டுப்பெயரோடும் (இதுகாறும் என்பது தரவில்

82 முறையும்), சற்றுக் குறைவாக அது என்னும் சுட்டுப்பெயரோடும் (அதுகாறும் 15 முறையும்) இணைந்து வழங்கிவருகிறது. எதுகாறும் என்பது வழக்கில் உள்ளதைக் காட்டும் சான்று தரவில் இல்லை.

எதுகாறும் வழக்கில் இல்லை

இது நாள் காறும் என்னும் வழக்கு அரிதாகக் காணப்-பட்டாலும் இது நாள் வரை என்பதே பெருவழக்-காகிவிட்டது.

குறிப்பு: காறும் பண்டைய இலக்கியங்களில் 'செய்-யும்' என்னும் பெயரெச்சத்தோடும் (எ-டு வருங்-காறும்) பயன்படுத்தப்பட்டுள்ளது.

கிம்பளம்

பேச்சுத் தமிழில் ஒரு பெயர்ச்சொல்லைத் தொடர்ந்து, அதனுடைய எதிரொலி போல் கருதக் கூடிய மற்-றொரு சொல்லை இணைத்துச் சொல்வது உண்டு. அவ்வாறு தொடரும் சொல்லின் முதல் எழுத்து க் என்னும் மெய்யெழுத்தைக் கொண்டதாக இருக்கும். 'பணம் கிணம் கிடையாது', 'சாப்பாடு கீப்பாடு உண்டா?' இரண்டாவது எதிரொலிச் சொல்லிற்குத் தனிப் பொருள் இல்லை.

(பணம்) கிணம்: பொருள் இல்லை

• இந்த முறையில் சம்பளம் என்பதோடு ஒட்டிப் பிறந்த சொல் கிம்பளம். ஏனைய எதிரொலிச் சொற்களுக்கெல்லாம் தனிப் பொருள் இல்லாம-லிருக்க, கிம்பளம் மட்டும் பொருள் உணர்த்தும் ('சம்பளம் போன்று கிடைக்கும் லஞ்சம்') சொல்லாகி-விட்டது. லஞ்சம் என்பதை வேடிக்கையாகக் குறிப்பிடக் கிம்பளம் பயன்படுத்தப்படுகிறது.

(சம்பளம்) கிம்பளம்: பொருள் உண்டு

குஞ்சு

முட்டையிலிருந்து வெளிவரும் பறவைகளின் இளமையைக் குஞ்சு என்ற சொல் குறிப்பிடும். காக்கைக்குஞ்சு, கிளிக்குஞ்சு, கோழிக்குஞ்சு.

- பின்வரும் விலங்குகளின் குட்டியைக் குறிப்பிடவும் குஞ்சு பயன்படுகிறது. அணில்குஞ்சு, எலிக்குஞ்சு, தவளைக்குஞ்சு, மீன்குஞ்சு; பல்லிக்குஞ்சு, பாம்புக்குஞ்சு என்று கூறுவதும் உண்டு.

விலங்குகளுக்கும்

- எலி, மீன் தவிர மற்றவற்றின் குஞ்சுகளைக் குட்டி என்ற பொதுச்சொல்லால் குறிப்பிடுவது மிகுதி.

குட்டி

(பறவைகள் அல்லாத) விலங்குகள் ஈன்றெடுப்பதைக் குறிக்கும் சொல்லாகக் குட்டி வழங்குகிறது. நாய்க்குட்டி, குதிரைக்குட்டி, புலிக்குட்டி. சில விலங்குகளின் குட்டியைக் கன்று என்றும் குஞ்சு என்றும் குறிப்பிடுவதுண்டு.

காண்க: *கன்று; குஞ்சு; பிள்ளை*

குழந்தை, குழந்தைகள்

குழந்தை விதிவிலக்காக அஃறிணை ஒருமையாகக் கருதப்பட்டு அஃறிணை ஒருமைக்கு ஏற்ற வினைமுற்றுடன் பயன்படுத்தப்படுகிறது.

குழந்தை அழுகிறது
குழந்தை விளையாடுகிறது

ஆனால் குழந்தைகள் என்னும் பன்மை வடிவம் உயர்திணைப் பன்மைக்கும் அஃறிணைப் பன்மைக்கும் உரிய வினைமுற்றுகளை ஏற்கிறது.

குழந்தைகள் அழுகிறார்கள்/அழுகின்றன
குழந்தைகள் விளையாடுகிறார்கள்/விளையாடுகின்றன

காண்க: பிள்ளை

கூர்ந்து

இக்காலத் தமிழில் கூர் என்னும் வினைச்சொல் தனித்து வராமல் சில பெயர்ச்சொற்களுடன் இணைந்தே (நினைவுகூர்ந்தேன், அன்புகூர்ந்து போன்று) வருகிறது. இதன் வினையெச்ச வடிவ-மாகிய கூர்ந்து சில வினைகளுக்கு அடையாக, 'உன்னிப்பாக' என்னும் பொருளில், பயன்படுத்தப்-படுகிறது. 'கூர்ந்து கவனி' என்பது மிகுதியாகப் பயன்படுத்தப்படுகிறது (தரவில் எண்பதுக்கு மேற்-பட்டு வருகிறது). 'கூர்ந்து பார்', 'கூர்ந்து நோக்கு' ஆகிய இரண்டும் வரும் இடங்கள் மொத்தமாக 90. காண் என்னும் வினையுடன் மிகக் குறைவாகவே வந்துள்ளது. இதைப் போன்றே ஆராய் என்னும் வினையுடனும் சிலமுறை இணைந்து வந்துள்ளது.

வினையடையாக

காண்க: உற்று

கோணத்தில், கோணத்திலிருந்து

கோணம் என்னும் சொல் கணிதத்தில் 'இரு கோடுக-ளின் சந்திப்பில் உள்ள இடைவெளி'யைக் குறிப்பிட வழங்கிவருகிறது. மேலும், இக்காலத் தமிழில் 'ஒருவருடைய நிலை அல்லது ஒருவர் ஒன்றை நோக்கும் முறை' என்னும் பொருளில் மிகுதியாக வழங்குகிறது. (இந்தப் பொருள் சென்னைப் பல்-கலைக்கழகத் தமிழ் அகராதியில் இல்லை, க்ரியாவின் அகராதியில் இடம் பெற்றுள்ளது. கோணம் என்பதன் புதிய பொருளாக இது கொள்ளப்பட வேண்டும்.)

மனித வாழ்க்கையை முற்றும் வேறு கோணத்திலிருந்து (= நிலையிலிருந்து) பார்த்திருக்கிறார்.
பாதிப்பு எத்தகையது என்னும் கோணத்தில் (= நோக்கில்) ஆராயப்படுகிறது.

* கோணத்தில், கோணத்திலிருந்து என்பவை இன்று அதிகமாகப் பயன்படுவதால் பிற சொற்கள் (நிலை-யில், நோக்கில், கண்ணோட்டத்தில் போன்றவை) தேவைப்படுகிற இடங்களில்கூடப் பயன்படுத்தப்-படுவதில்லை என்று கூற வேண்டியுள்ளது.

பிற சொற்களின் தேவை

ஒரு தினுசான கோணத்தில் படுத்திருக்க... (இங்கு 'நிலையில்' என்பதே பொருத்தம்)
பழைய தகவல்கள் புதிய கோணத்தில் (இங்கு 'பார்வையில்' என்பது மிகவும் ஏற்புடையது)

* *கீழ்வரும் வழக்கு ஏற்புடையதாக இல்லை*

விசாரணை சட்டக் கோணத்தில் நடைபெறவில்லை. (இங்கு அடிப்படையில் என்பதே பொருந்துகிறது. கோணத்தில் என்பதற்கு அடிப்படையில் என்னும் பொருள் திணிக்கப்படுகிறதே தவிர இயல்பான பொருளாக இல்லை.)

கோயில்/கோவில்

1. இந்த இரு வடிவங்களுமே எழுத்திலும் பேச்சிலும் வழங்கிவருகின்றன. சில தொடர்களில் இரண்டுமே சரிசம அளவில் பயன்படுத்தப்படுகின்றன.

சிவன் கோயில்/கோவில்
பெருமாள் கோயில்/கோவில்
கோயில்/கோவில் அர்ச்சகர்

2. சில அடைமொழிகளுடன் கோயில் என்பதே மிகுதியாகப் பயன்படுத்தப்படுகிறது.

கோயில்: அடை மொழிகளுடன்

திருக்கோயில்
கற்கோயில்

3. உருவகப்படுத்தும் தொடர்களிலும் கோயில் என்பதே மிகுதியாக இடம்பெறக் காணலாம்.

இதயக்கோயில்
மனக்கோயில்

4. வாயில், வாசல் என்னும் இரு வடிவங்களுள் வாசல் கோயிலுடன் (கோயில் வாசல்) இணைவது மிகுதி. கோவில் என்பதுடன் வாயில் இணைந்து வருவதில்லை என்றே கூறலாம்.

கோயில் வாசல் மிகுதி

சிற்சில/ ஒருசில

இக்காலத்தில் சிற்சில என்பதை விட ஒருசில என்பதே மிகவும் பழக்கமான தொடராக உள்ளது. பொருளில் வேறுபாடு இல்லை என்றாலும் 'அர்' விகுதி, வேற்றுமை உருபு ஆகியவற்றை ஏற்பதில் இரண்டும் ஒன்றுபோல் பயன்படவில்லை.

*சிற்சில: குறைவு
ஒருசில: மிகுதி*

● ஒருசில என்பதனோடு 'அர்' விகுதி சேர்க்கப்பட்ட ஒருசிலர் மிகுதியாகப் பயன்படுத்தப்படுகிறது.

*ஒருசிலர்: மிகுதி
சிற்சிலர்: குறைவு*

இவ்வாறு ஒருசிலர் கருதுகின்றனர்
இது ஒருசிலரின் கருத்தாகும்

மேலே காட்டிய இரு எடுத்துக்காட்டுகளிலும் சிற்சிலர் வருவதைக் காண முடியவில்லை.

ஒருசில என்பது வேற்றுமை உருபுகளை ஏற்று வருகிறது.

ஒருசிலவற்றையே இங்கே காட்டியிருக்கிறோம்
கிணறுகள் ஒருசிலவற்றில் மட்டுமே நீர் உண்டு

சிற்சில என்பது இன்று வேற்றுமை உருபு ஏற்று வருவதாகத் தெரியவில்லை.

காண்க: பற்பல/ பலப்பல

சுயேச்சை/சுயேட்சை

'தன் விருப்பம்', 'சுதந்திரம்', 'கட்சி சார்பற்ற நிலை' முதலிய பொருள்களில் பெருவாரியாக வழங்குவது சுயேச்சை *(சுய+இச்சை)* என்று எழுதப்படும் வடிவமே. சுயேட்சை என்று எழுதப்படும் வடிவத்தை மிகக் குறைவாகவே காண முடிகிறது. (சுவேச்சை *(ஸ்வ+இச்சை)* என்றும் எழுதப்பட்டதாகச் சென்னைப் பல்கலைக்கழகத் தமிழ் அகராதி வழியாக அறிய முடிகிறது. அது தமிழ் ஒலிப்பு முறைக்கு ஏற்றபடி முழுமையாக மாற்றப்படாத வடிவம் என்று கூறலாம்.)

சுவர்

1. இடையின ரகரத்தை இறுதி எழுத்தாகக் கொண்ட இந்தப் பெயர்ச்சொல்லின் வேற்றுமை உருபு ஏற்ற வடிவங்கள் சுவரை, சுவரால், சுவரோடு, சுவருடன், சுவருக்கு, சுவரின், சுவரில் முதலியன.

சுவர்+ஐ→சுவரை: எளிய விதி

2. தற்காலத்தில் இந்தச் சொல் சுவற்றை, சுவற்றின், சுவற்றில் என வல்லின றகரம் இரட்டிக்கப்பெற்று வேற்றுமை உருபுகள் ஏற்று (கயிறு என்பது கயிற்றை, கயிற்றின் என்பதுபோல) எழுதப்படுவதைக் காண முடிகிறது. இவற்றிலிருந்து வேற்றுமை உருபுகளை நீக்கினால் சுவறு என்பதுதான் சொல் என்று கூற வேண்டும். சுவர் என்பதற்குப் பதிலாகச் சுவறு என்பது பயன்படுத்தப்படுவதே இல்லை. சுவற்றில் என்று எழுதுபவரும் 'சுவறு இடிந்து விழுந்தது' என்று எழுத மாட்டார்.

சுவற்றை < சுவறு கடின விதி

மேலும், கைப்பிடிச் சுவர், குட்டிச்சுவர், ஊடு சுவர், சுற்றுச்சுவர் முதலிய சொற்களில் இடம்பெற்றிருக்கும் சுவர், வேற்றுமை உருபு ஏற்கும்போது கைப்பிடிச் சுவரை, கைப்பிடிச்சுவரில், குட்டிச்சுவரில், ஊடு சுவருக்கு, சுற்றுச்சுவரை என்றே பயன்படுத்தப்பட்டிருக்கிறது. கைப்பிடிச் சுவற்றின் என்று ஒரு முறைதான் தரவில் காணப்படுகிறது.

● சுவத்தை, சுவத்துக்கு, சுவத்தில் முதலிய வடிவங்கள் பேச்சில் பயனாவதால் அவற்றின் திருந்திய எழுத்து வடிவங்களாகச் சுவற்றை, சுவற்றுக்கு, சுவற்றில் முதலியவை கருதப்பட்டிருக்கலாம். ஆனால் அவை திருந்திய வடிவங்கள் என்று நினைத்து உண்டாக்கப்பட்ட வடிவங்கள்.

திருத்தமானவை எனக் கருதுதல்

செய்யும் முன், செய்யு முன்

காட்சி ஆரம்பிக்கும் முன்
காட்சி ஆரம்பிக்கு முன்

மேலே காட்டியிருக்கும் இரு தொடர்களில் முதல் தொடரில் உள்ள ஆரம்பிக்கும் என்பது ஆரம்பி என்னும் வினையின் செய்யும் என்னும் வாய்பாட்டுப் பெயரெச்சம். முன் என்பது இரண்டாவது சொல்லாக வருகிற போது, செய்யும் என்னும் வாய்பாட்டுப் பெயரெச்சத்தில் உள்ள இறுதி மகரம் விடப்பட்டும் (ஆரம்பிக்கு) எழுதப்படுகிறது. இரு மகரங்களின் சந்திப்பில் முதல் சொல்லின் (நிலைமொழியின்) இறுதி மகரம் மறைகிறது. இந்தச் சந்தி விதி புலமை செறிந்த நடையில் பின்பற்றப்பட்டிருக்கிறது. இக்காலத்தில் இறுதி மகரத்தை விடாமல் எழுதுவது வழக்கமாக இருக்கிறது. என்றாலும், இறுதி மகரத்தை விட்டு எழுதுவதும் காணக் கூடியதாகவே இருக்கிறது.

ஆரம்பி, கண்டுபிடி, காண், செய், திரும்பு, துவங்கு, தொடங்கு, புறப்படு, முடி(த்தல்), வா, வாங்கு முதலிய வினைகளின் செய்யும் என்னும் வாய்பாட்டுப் பெயரெச்சங்கள் இறுதி மகரத்துடனும் இறுதி மகரம் இல்லாமலும் தரவில் பயன்படுத்தப்பட்டுள்ளன. ஓரிரு வினைகளில் *(எ-டு வருமுன்)* மட்டும் மகரம் இல்லாத பயன்பாடு சற்றே எண்ணிக்கையில் கூடுதலாக வந்துள்ளது. மொத்தத்தில் மகரம் உள்ள பெயரெச்சங்களின் எண்ணிக்கை மிகுதி இக்காலப் போக்கைக் காட்டுவதாகக் கொள்ளலாம்.

செய்யும்முன் என்பதே மிகுதி

சொச்சம்

'குறிப்பிடும் முழுத் தொகைக்குச் சற்றுக் கூடுதல்' (odd) என்றும், 'மீதி' (balance) என்றும் இரு பொருளில் இந்தச் சொல்லைப் பயன்படுத்துகிறோம்.

1. முதல் பொருளில், முழுத் தொகையைக் குறிக்கும் நூறு, ஆயிரம் போன்ற சொற்கள் நூற்று, ஆயிரத்து என்னும் வடிவங்களிலேயே சொச்சம் என்பதை ஏற்கின்றன.

நூற்றுச் சொச்சம்
முன்னூற்றுச் சொச்சம்
இரண்டாயிரத்துச் சொச்சம்

நூற்றுச் சொச்சம்

● நாற்பது, ஐம்பது போன்ற எண்ணுப்பெயர்களிலும் நாற்பத்து, ஐம்பத்து என்னும் வடிவங்களிலேயே சொச்சம் இணைந்து வருகிறது.

அவருக்கு நாற்பத்துச் சொச்சம் வயது இருக்கும்.

2. மீதி என்னும் இரண்டாவது பொருளில் சொச்சம் முதலில் வரலாம்.

செலவு போகச் சொச்சம் நூறு

• தொகையைக் குறிக்கும் சொற்களின் பின்னும் வரலாம்; அவ்வாறு வரும்போது தொகைச் சொல் எண்ணால் எழுதப்பட்டிருக்கும் அல்லது வடிவம் மாறாமல் (நூற்று, ஆயிரத்து, நாற்பத்து என்று ஆகாமல்) இருக்கும்.

> ரூ.1000 சொச்சம்
> ஆயிரத்தில் செலவு எண்ணூறு போக இருநூறு சொச்சம்

இருநூறு சொச்சம்

3. மிச்சசொச்சம் என்பது ஒரே பொருள் உடைய இரு சொற்களின் கூட்டு. இந்தக் கூட்டுச்சொல் எந்த எண்ணுப்பெயர்களுடனும் சேர்ந்து வருவதில்லை. இது பொதுவாகவே பயன்படுத்தப்படுகிறது.

> மிச்சசொச்சம் இருந்தால் கொடுத்துவிடு.
> எல்லாவற்றையும் சொல்லிவிட்டாயா, மிச்சசொச்சம் ஏதாவது வைத்திருக்கிறாயா?

4. சொச்சம் என்பது பெயர்ச்சொல்லாக இருப்பினும், இது மற்றொரு பெயர்ச்சொல்லிற்கு அடையாக வருவது மிகவும் குறைவு. ('சொச்ச காலத்தையும் இப்படியே கழித்துவிடலாம்' என்று கூறுவது ஏற்புடையதாகத் தெரிகிறது.)

'டு'வில் முடியும் பெயர்ச்சொற்கள்

'டு'வில் முடியும் பெயர்ச்சொற்கள் இரு வகை: 'ட்டு' என்பதை இறுதியாகக் கொண்டவை (கட்டு, மொட்டு முதலியவை); 'டு'வை மட்டும் இறுதியாகக் கொண்டவை (ஆடு, கசடு முதலியவை). 'டு'வை இறுதியாகக் கொண்ட பெயர்ச்சொற்களில் உயிர்நெடிலை அடுத்து 'டு' வரும் (இரு அசையுடன் உள்ள) பெயர்கள் (ஆடு, மாடு முதலியவை) வேற்றுமை உருபுகளை ஏற்கும்போது இறுதி 'டு'

இரட்டித்த நிலையில் (ஆட்டை, மாட்டுக்கு) வரும்.

ஏனைய (பல அசையுடன் உள்ள) பெயர்ச்சொற்கள் (கசடு, தகடு, முரண்பாடு, விழுக்காடு முதலியவை) வேற்றுமை உருபுகளை ஏற்கும்போது பெரும்பாலும் இறுதி 'டு' இரட்டித்த நிலையில் வருகின்றன (தகட்டை, முரண்பாட்டுக்கு). என்றாலும், தற்காலத் தமிழில் சில பெயர்ச்சொற்கள் சில வேற்றுமை உருபுகளுடன் இரட்டித்தும், வேறு சில உருபுகளுடன் இரட்டிக்காமலும் வழங்கி வருகின்றன. ('அரசின் கட்டுப்பாடில்' என்பதைக் காட்டிலும் அரசின் கட்டுப்பாட்டில் என்று டகரம் இரட்டித்த வடிவத்தையே காண முடிகிறது. ஆனால், மிகுந்த கட்டுப்பாடுடன் என்னும் இரட்டிக்காத வடிவம் கட்டுப்பாட்டுடன் என்னும் டகரம் இரட்டித்த வடிவத்துடன் வழங்கிவருகிறது.)

- இவ்வாறு சில பெயர்ச்சொற்கள் இறுதி டகரம் இரட்டித்தும் இரட்டிக்காமலும் இன்று வழங்கி வருகின்றன. இவை கீழே தரப்பட்டுள்ளன.

கட்டுப்பாடு

இந்தப் பெயர்ச்சொல் டகரம் இரட்டிக்காத வடிவங்களில் (கட்டுப்பாடுடன் பத்து முறையும் கட்டுப்பாடோடு ஒரு முறையும்) வழக்கில் இருப்பதைத் தரவில் காண முடிகிறது. ஏனைய வேற்றுமை உருபுகள் இணைந்த வடிவங்கள் இறுதி டகரம் இரட்டித்த நிலையில் வழங்குகின்றன.

கட்டுப்பாடுடன் 10

கோட்பாடு

இல் என்னும் வேற்றுமை உருபை ஏற்று, கோட்பாடில் என டகரம் இரட்டிக்காத வடிவத்தில் இரு முறை வந்துள்ளது. இன் ஏற்ற நிலையில் கோட்பா-

கோட்பாடில் 2

டின் என்னும் வடிவமும் தரவில் ஒரு முறை இடம்பெற்றிருக்கிறது. எனவே டகரம் இரட்டித்து வருவதே இயல்பு என்று கொள்ளலாம்.

சரடு

இது வேற்றுமை உருபு 'ஐ' என்பதை ஏற்கையில் சரட்டை என்றும் சரடை என்றும் இரு நிலையிலும் வந்துள்ளது. இரு வடிவங்களுள் சரட்டை இரு முறையும், சரடை மூன்று முறையும் தரவில் வந்துள்ளன. *சரட்டை/சரடை 2/3*

தகடு

இறுதி டகரம் இரட்டிக்காமல் உள்ள வடிவம் இந்தப் பெயர்ச்சொல்லிலும் காணப்படுகிறது. தகடை என்பது 5 முறை வந்துள்ளது; தகடால் என்பது இரு முறை வழங்கியிருப்பதையும் காண்கிறோம். *தகடை 5*

முக்காடு

இந்தப் பெயர்ச்சொல் 'ஐ' உருபும் 'உடன்' உருபும் ஏற்கும்போது இரட்டிக்காமல் வந்துள்ளது. முக்காடு தரவில் வேற்றுமை உருபுகளுடன் வந்துள்ள 8 இடங்களில் முக்காடை, முக்காடுடன் ஆகிய இரண்டும் ஒரு முறையே வந்துள்ளதால் றகரம் இரட்டித்து வேற்றுமை உருபு ஏற்பதை இயல்பாகக் கொள்ளலாம்.

விழுக்காடு

'கு' வேற்றுமையுடன் இந்தச் சொல் விழுக்காடுக்கு என இறுதி டகரம் இரட்டிக்காமல் 3 முறை வந்துள்ளது. விழுக்காட்டுக்கு என்பது 6 முறை வருவதால் றகரம் இரட்டிப்பது இயல்பாகத் தெரிகிறது. *விழுக்காடுக்கு 3*

- 'டு'வில் முடியும் ஊர்ப் பெயர்களில் 'டு' இரட்டிக்காமல் வருவதும் உண்டு. *ஊர்ப் பெயரில்*

கோயம்பேடில் புதிய பேருந்து நிலையம்
திருவெண்காடுக்குப் போயிருக்கிறார்.

தான்

1. தான் என்பது படர்க்கை இடத்தில் செயல் செய்பவ-
ரையே குறிப்பிடும் பதிலிடப்பெயராக (anaphoric
pronoun) வருகிறது.

> முருகன் தான் நினைத்தபடி நடந்துகொண்டான்.

இதில் படர்க்கை இடத்து பதிலிடப்பெயரான 'தான்'
என்பதைப் பிரித்தே எழுத வேண்டும்.

2. மேலும், தான் என்பது பொருள் அழுத்தம் தரும்
இடைச்சொல்லாகவும் (emphatic particle) வருகிறது.

> இதன் விளைவாகத்தான் மாற வேண்டியிருக்கும்.

அழுத்தம் தரும் இடைச்சொல்லை முந்திய சொல்-
லுடன் சேர்த்தே எழுத வேண்டும்.

3. மேலே கூறியவற்றைப் பின்வரும் எடுத்துக்காட்டு-
கள் விளக்கும்.

> முருகன் தான் நினைத்தபடி நடந்துகொண்டான்.
> முருகன்தான் நினைத்தபடி நடந்துகொண்டான்.

பிரித்து எழுதப்பட்டிருக்கும் 'தான்' என்பது
'முருகன்' என்னும் நபரைக் குறிப்பிடும். சேர்த்து
எழுதப்பட்டிருக்கும் 'முருகன்தான்' என்பது 'பலருள்
முருகன் மட்டும்' என்ற பொருளைத் தரும். இத-
னால் தான் என்பது கவனித்துப் பயன்படுத்தப்பட
வேண்டிய ஒன்று ஆகிறது.

துணிபு, துணிவு

துணிதல் என்னும் வினைச்சொல்லிலிருந்தே துணிபு, துணிவு என்னும் பெயர்ச்சொற்கள் வந்துள்ளன என்றாலும் இரண்டும் பொருளிலும் பயன்பாட்டிலும் இக்காலத் தமிழில் வேறுபடுகின்றன.

● துணிபு என்பது முடிந்த முடிவு என்னும் பொருளில், பெரும்பான்மையும் வாக்கியத்தின் இறுதியில் பயன்படுத்தப்படுகிறது. ஆய்வுக் கட்டுரைகளில் இதன் பயன்பாடு மிகுதி.

துணிபு: தொடரின் இறுதியில்

    வெற்றி கிட்டும் என்பது எங்களின் துணிபு

● துணிவு என்பது மனத்திடம் என்னும் பொருளில் வாக்கியத்தின் எல்லா இடங்களிலும் பயன்படுகிறது.

    துணிவு மிகுந்தவர்
    இதைச் செய்வதற்குத் துணிவு வேண்டும்
    மனதில் பிறந்தது துணிவு

● உடன், ஓடு முதலிய உருபுகளைத் துணிவு ஏற்று வரும்; துணிபு அவற்றை ஏற்பதில்லை. துணிவு என்பதற்கு முன் ஒரு என்பதை அடையாகப் பயன்படுத்தலாம்; ஒரு துணிபு என்று கூறும் வழக்கு இல்லை.

துணிவு + உடன், ஓடு

துணிதல் என்னும் வினையிலிருந்து வரும் மற்றொரு பெயர்ச்சொல் துணிச்சல். இது துணிவு என்பதன் பொருளிலும் பயன்பாட்டிலும் வந்துள்ளது.

துணிச்சல் = துணிவு

    துணிச்சல்/துணிவு மிகுந்தவர்
    எனக்குத் துணிச்சல்/துணிவு வரவில்லை
    எதையும் செய்யும் துணிச்சல்/துணிவு பெற்றேன்

காண்க: *முடிபு, முடிவு*

தூர்-தல்

வற்றிய குளமும் தூர்ந்த கிணறும்
கிணறு தூர்ந்துபோயிற்று

தூர்ந்து, தூர்ந்த, தூர்ந்தது முதலிய இறந்தகால வடிவங்கள் மட்டும் வழக்கில் உள்ள வினை, இது. தூர்ந்து என்னும் வினையெச்சத்தோடு போ, விடு முதலிய துணைவினைகள் இணைந்து வரும் முற்று வடிவங்களே இன்று மிகுதியாக வழக்கில் உள்ளன.

இறந்தகாலத்தில்

தொடங்கு, துவங்கு, துவக்கு

1. இக்காலத்தில் எழுத்திலும் பேச்சிலும் மிகுதியாகப் பயன்படுவது தொடங்கு என்னும் வினையாகும். இது *(1)* செயப்படுபொருள் குன்றிய வினையாகவும் (வேலை தொடங்கியது), *(2)* செயப்படுபொருள் குன்றா வினையாகவும் (வேலையைத் தொடங்கினான்) பயன்படுகிறது. *(3)* செய என்னும் வாய்பாட்டு வினையெச்சத்தின் பின்னும் தொடங்கு அதிகமாக வருகிறது (அழத் தொடங்கினான், ஏறத் தொடங்கினோம்). *(4)* செயப்பாட்டு வினை மாற்றத்திற்கும் உட்படும் (வேலை தொடங்கப்பட்டது).

தொடங்கு என்பதே மிகுதி

2. தொடங்கு என்பதோடு துவங்கு, துவக்கு என்னும் இரு வினைகளும் எழுத்துத் தமிழில் வழங்கிவருகின்றன. இவை இரண்டில், துவங்கு என்பது தொடங்கு என்பதைப் போலவே செயப்படுபொருள் குன்றிய வினையாகவும் (பயணம் துவங்கியது), குன்றா வினையாகவும் (பயணத்தைத் துவங்கினான்) பயன்படுகிறது. செய என்னும் வினையெச்சத்தின் பின்னும் (பேசத் துவங்கினார்) பயன்படுத்தப்படுகிறது. செயப்பாட்டு வினை மாற்றம் பெறுவது குறைவு. துவக்கு என்பது பெரும்பாலும் செயப்படுபொருள்

குன்றா வினையாகவே (வியாபாரத்தைத் துவக்கி-னான்) செயல்படுகிறது. செயப்பாட்டு வினையாக மாற்றம் பெறுவதும் மிகுதி (தொழிற்சாலை துவக்கப்-பட்டது). செய என்னும் வாய்பாட்டு வினையெச்சத்-தோடு துவக்கு மிக அரிதாகவே காணப்படுகிறது.

3. தொடக்கம், துவக்கம் ஆகிய பெயர்ச்சொற்கள் இந்த வினைகளுக்குப் பொதுவாகப் பயன்படு த்தப்படுகின்றன.

தொடக்கம்/ துவக்கம்

● மேற் கூறிய வினைகள் மட்டுமின்றித் துடங்கு என்னும் வினையும் இக்காலத்தில் குறைந்த அளவில் பயன்படுத்தப்படுகிறது.

நந்: அர் விகுதியுடன்

பழந்தமிழ் இலக்கியங்களில் வினையடியோடு 'ந'கரம் வந்து அதனுடன் அர் விகுதி சேர்ந்து வழங்கி-வந்த (பாடுநர் போன்ற) சொற்களைப் போன்றே இக்காலத் தமிழிலும் ஆளுநர், இயக்குநர், அனுப்பு-நர், ஓட்டுநர் போன்ற சொற்கள் உருவாக்கப்பட்டுள்-ளன. வினையடிகளுடன் அல்லாமல் வல் என்னும் பண்படியோடு உருவாக்கப்பட்ட வல்லுநர் என்னும் சொல்லும் வழக்கில் உண்டு. இவை முதலில் கலைச்-சொற்களாக அறிமுகமாயின. இவற்றுள் சில பலரா-லும் பெருமளவில் பயன்படுத்தப்பட்டுப் பொது வழக்கிற்கும் வந்துள்ளன. பொது வழக்கில் பெருமள-வில் பயன்படுத்தப்படும்போது 'ந', 'ன' என்ற எழுத்து மாற்றத்துடனும் எழுதப்படுகிறது. எல்லாச் சொற்களும் இந்த மாற்றத்துக்கு உள்ளாகிவிட-வில்லை. பெறுநர், அனுப்புநர், ஆளுநர் ஆகியவை நர் என்றே பெரும்பாலும் எழுதப்படுகின்றன. முற்கால இலக்கியங்களில் வழங்கிய சொற்களை முன்வைத்து இந்தப் பெயர்ச்சொற்கள் உருவாக்கப்-பட்டுள்ளன. இவை மிகுதியாக வழங்கத் தொடங்கி-

வினை + ந் + அர்

வினை அல்லாதது: வல்லுநர்

யதும், பயன்படுத்துவோர் சொல்லின் இறுதியில் புதுமையாகத் தோன்றும் நர் என்பதை விட்டுவிடுவதையும் மிகவும் பழக்கமான னர் என்பதைச் சில சொற்களில் விரைவாக ஏற்றுக்கொள்வதையும் தரவுகள் வழியாக அறிய முடிகிறது. மேலும், வரிவடிவம் வேறுபடுகிறதே தவிர பொருள் வேறுபடவில்லை என்பதால் இரு வகையில் எழுதும் முறை சிக்கலைத் தோற்றுவிக்கவில்லை.

- இயக்குநர் *462* முறையும் இயக்குனர் *120* முறையும் வல்லுநர் *265* முறையும் வல்லுனர் *66* முறையும் தரவில் வந்துள்ளன.

நர்/னர் வரவு எண்ணிக்கை

நய-த்தல்

> அவன் நயந்ததும் குழைந்ததும் ஏதோ ஒரு காரணத்திற்காகத்தான்

நய என்னும் வினையின் சில இறந்தகால வடிவங்கள் (நயந்து, நயந்த என்னும் எச்சங்கள், நயந்தேன் போன்ற வினைமுற்றுகள்) பயன்பாட்டில் இருக்கும் அளவிற்கு அதன் நிகழ்கால, எதிர்கால வடிவங்கள் வழக்கில் இல்லை.

இறந்தகால வடிவங்களில்

நலம், நலன்

இந்த இரு சொற்களில் நலம் என்பது ஆரோக்கியம், நன்மை, பயன், நயம் முதலிய பொருள்களில் வழங்கிவருகிறது.

1. நலன் என்பது நன்மை என்னும் பொருளில் நலம் என்பதற்கு ஈடாகப் பயன்படுத்தப்படுகிறது.

நலன், நலம் = நன்மை

> மக்களின் நலன்/நலம் கருதி இந்தச் சட்டம் இயற்றப்பட்டது.

● ஆனாலும் நலன்கள் எனப் பன்மையாகக் கூறுவது போல் நலங்கள் எனக் கூறுவதில்லை. நலன்கள் ✓ நலங்கள் ×

தொழிலாளர்களின் நலன்கள் பாதுகாக்கபட வேண்டும்

2. ஆரோக்கியம் என்ற பொருளில் நலம் என்பது-தான் பெரும்பாலும் பயன்படுத்தப்படுகிறது. ஓரிரு இடங்களில் நலன் இந்தப் பொருளில் பயன்படுத்தப்-படக் காணலாம்.

உடல்நலன் தேறிவருகிறது ('உடல்நலம்' என்பதே பெரு வழக்கு)

● நலம் என்பதுடன் ஆக என்பது சேர்க்கப்பட்ட 'நலமாக' என்னும் வினையடை பெருவாரியாகப் பயன்படுத்தப்படுகிறது. நலன் என்பது இந்த முறை-யில் ஆக இணைந்து வழங்குவதில்லை. நலமாக

நாட்டின் பெயர்கள்

நாட்டின் பெயர் (எ-டு இந்தியா), அந்த நாட்டைச் சேர்ந்தவரைக் குறிப்பிடும் பெயர் (இந்தியர்), அந்த நாட்டுக்கான பெயரடை (இந்திய) ஆகிய மூன்று வடிவங்கள் ஒரு நாட்டைப் பற்றி எழுதுவதற்கும் பேசுவதற்கும் தேவைப்படுகின்றன. பரவலாக அறியப்பட்ட பல நாடுகளுக்கும் ஓரிரு கண்டங்க-ளுக்கும் தமிழில் இந்த மூன்று வடிவங்களும் எந்த முறையில் வழங்கிவருகின்றன என்பதைத் தெரிவிப்-பது பயனுள்ளது. இம்மூன்றையும் குறித்த தகவல்-கள் மூன்று தலைப்புகளில் தரப்பட்டுள்ளன.

காண்க: நாட்டினர்; நாட்டுக்கான பெயரடை, நாடு.

நாட்டினர்

1. ஒரு நாட்டைச் சேர்ந்தவரைக் குறிப்பிட மிகுதியாக -அர், -இயர் ஆகிய இரண்டு விகுதிகளும் பயன்படுத்தப்படுகின்றன. *-அர், -இயர்*

அர்ஜென்டீனா : அர்ஜென்டீனியர்
அரேபியா : அரேபியர்
இத்தாலி : இத்தாலியர்
எகிப்து : எகிப்தியர்
இஸ்ரேல் : இஸ்ரேலியர்
ஜப்பான் : ஜப்பானியர்

2. இந்த விகுதிகள் சில மாற்றங்களுக்கு உள்ளான நாட்டுப் பெயர்களோடும் இணைக்கப்படுகின்றன.

பிரிட்டன் : பிரித்தானியர்
ஜெர்மனி : ஜெர்மானியர்
ஸ்பெயின் : ஸ்பானியர்

3. காரர் என்ற விகுதியை நாட்டுப் பெயர்களோடு இணைத்து நாட்டைச் சேர்ந்தவரைக் குறிப்பிடும் வழக்கம் இன்று பேச்சுத் தமிழில் மிகுதியாகவும் எழுத்துத் தமிழில் சற்றுக் குறைவாகவும் காணப்படுகிறது. *-காரர்*

ஜப்பான்காரர்
சிங்கப்பூர்க்காரர்

4. நாட்டின் பெயரோடு இகர விகுதி சேர்த்து நாட்டினரைக் குறிப்பதும் உண்டு. *-இ*

நேப்பாளம் : நேப்பாளி
பங்களாதேஷ் : பங்களாதேஷி

இகர விகுதி சேர்ந்த இந்த வடிவங்கள் ஒருமையாகப் பயன்படுத்தப்படுகின்றன. பலரைக் குறிப்பிட -அர் விகுதியோ -கள் விகுதியோ இவற்றோடு சேர்க்கப்-படுகிறது

5. சில நாட்டு மக்களைக் குறிக்க ஆங்கிலத்தில் வழங்கும் பெயர் அறியாத நிலையில் அல்லது அறிந்திருந்தாலும் தமிழில் பயன்படுத்த முடியாத நிலையில் நாட்டுப் பெயரோடு காரர் விகுதியைச் சேர்ப்பதுதான் வழக்கமாக இருக்கிறது. டென்மார்க் நாட்டவரை டேன் (Dane) என்று ஆங்கிலத்தில் குறிப்பிட்டாலும் தமிழில் அதைப் பயன்படுத்தாமல் டென்மார்க்காரர் என்றோ அந்த நாட்டுக்குப் பெயரடையாக வழங்கும் டேனிஷ் என்பதைக் கொண்டு டேனிஷ்காரர் என்றோ வழங்குவது இன்றைய பயன்பாட்டில் உள்ளது. சுவீடிஷ் - சுவீடிஷ்காரர் என்பதும் இது போன்ற முறையில் அமைந்ததுதான்.

6. ஹாலந்து என்னும் நெதர்லாந்து நாட்டில் பேசப்படும் மொழி டச்சு (Dutch) என்பதாகும். டச்சு என்பதை அடிப்படையாகக் கொண்டு டச்சுக்காரர் என அந்த நாட்டு மக்களைக் குறிப்பதும் வழக்கில் உள்ளது.

காண்க: நாடு, நாட்டுக்கான பெயரடை

நாட்டுக்கான பெயரடை

1. நாட்டின் பெயரில் உள்ள இறுதி எழுத்தான 'ம்' என்பது விடப்பட்டபின் அது பெயரடையாகப் பயன்படுவது தமிழின் பொது இலக்கண முறையோடு ஒத்துப்போகிறது.

நேபாளம் : நேபாள
சீனம் : சீன

மேற்கூறிய முறையில் வராததற்கு எடுத்துக்காட்டு வியட்நாம். இதன் பெயரடை: வியட்நாமிய. *(காண்க 3)*

2. சில நாட்டு அல்லது கண்டத்துப் பெயர்களின் இறுதியில் உள்ள உயிர்நெடில் குறிலாகக் குறைந்து நாட்டின் பெயரடை ஆகிறது.

இந்தியா : இந்திய
அமெரிக்கா : அமெரிக்க
ஆசியா : ஆசிய

மேற்கூறிய முறையில் வராமல் வேறு வகையில் அமைவதும் உண்டு.

ஐரோப்பா : ஐரோப்பிய
கனடா : கனடிய
பர்மா : பர்மிய

3. நாட்டினரைக் குறிப்பிடும் பெயர்களின் விகுதிகளான -அர், -இயர் என்பவற்றில் உள்ள ர் என்னும் எழுத்தை நீக்கிவிட்டு அவற்றை நாட்டுக்கான பெயரடையாக வழங்குவதும் உண்டு.

அர்ஜென்டீனியர் : அர்ஜென்டீனிய
இத்தாலியர் : இத்தாலிய
ஸ்பானியர் : ஸ்பானிய
வியட்நாமியர் : வியட்நாமிய

4. புதிதாக வழக்கத்திற்கு வரும் நாட்டினரின் பெயர்களும் -அர், -இயர் என்ற விகுதிகளில் இருந்தால் அந்த நாடுகளுக்கான பெயரடைகள் மேற்கூறிய முறையில் ர் நீக்கப்பட்டு வழங்கப்படலாம்.

நியூஸிலாந்து : நியூஸிலாந்தியர், நியூஸிலாந்திய
பூட்டான் : பூட்டானியர், பூட்டானிய

5. சில நாடுகளுக்கு ஆங்கிலத்தில் வழங்கும் பெயரடைகளையும் தமிழில் பயன்படுத்தும் வழக்கம் இருக்கிறது.

பிரெஞ்சு
ஸ்விஸ்
ஜெர்மன்

காண்க: நாடு, நாட்டினர்

நாடு

1. பிற நாடுகளின் பெயர்களைப் பெரும்பாலும் நாம் ஆங்கில மொழி வழியாகவே அறிய வருகிறோம்; எனவே, நாட்டின் பெயர்கள் ஆங்கில ஒலிப்பை ஒட்டியே தமிழில் எழுதப்படுகின்றன. — ஆங்கில வழி

ஹங்கேரி (Hungary)
ஸ்காட்லாந்து (Scotland)

2. சில நாடுகளின் பெயர்கள் நீண்ட காலத் தொடர்பினால் தமிழ்ப்படுத்தப்பட்ட வடிவத்துடன் வழங்கிவருகின்றன. அவற்றோடு ஆங்கில ஒலிப்பை ஒட்டிய இன்றைய வடிவங்களும் வழங்கிவருகின்றன. — பழைய, புதிய வடிவங்கள்

கிரேக்கம் - கிரீஸ்
சீனம் - சைனா

3. சில நாடுகளின் பெயர்களில் உள்ள உயிர் எழுத்துகள் குறிலாகவும் நெடிலாகவும் ஒலிக்கப்படுகின்றன. எந்த வடிவத்தை அடிப்படையாகக் கொள்வது என்பதில் கருத்தொற்றுமை இல்லை. — நெடில், குறில்

ஈராக் - இராக்
ஈரான் - இரான்
ஓமான் - ஒமன்

4. சில நாடுகளின் பெயர்களில் உள்ள டகரம் தகரமாக மாற்றப்பட்டு வழங்குவதும் உண்டு.

வாடிகான் - வாதிகான்
வியட்நாம் - வியத்நாம்

5. பத்திரிகைகளில் நாட்டுப் பெயர்கள் கிரந்த எழுத்துக்களுடனேயே எழுதப்படுகின்றன.

கிரந்த எழுத்துக்களில்

ஜப்பான்
ஆஸ்திரேலியா

6. கிரந்த எழுத்துக்களில் ஷ, ஸ ஆகிய இரண்டும் சில நாட்டுப் பெயர்களில் தமிழ் 'ச'வில் மாற்றி எழுதப்படக் காணலாம்.

ஸ்வீடன் - சுவீடன்
இந்தோனேஷியா - இந்தோனேசியா

7. சில நாடுகளின் பெயர்கள் அந்நாட்டு அரசுகளின் ஆணையால் மாற்றப்படுகின்றன. இவ்வாறு மாற்றப்பட்ட புதுப் பெயர்கள் அந்த நாட்டின் பெயர்களாக மட்டுமே வழங்குகின்றன. அந்தப் புதிய பெயர்களின் அடிப்படையில் மக்களுக்கான பெயர்களும் பெயரடைகளும் வழங்குவதில்லை. அந்த நாட்டின் பழைய பெயர்களால்தான் மக்கள் குறிக்கப்படுகின்றனர்; நாட்டின் பழைய பெயரே பெயரடைக்கும் உதவுகிறது.

பர்மாவின் புதிய பெயர் மியன்மார். ஆனால் மக்களைக் குறிக்க 'பர்மியர்' என்பதும், பெயரடையாக 'பர்மிய' என்பதும் வழங்குகின்றன. இது போன்றே சிரிலங்கா என்பது இலங்கை அரசால் அறிவிக்கப்பட்ட புதிய பெயர். இது நாட்டின் பெயராக மட்டுமே வழங்குகிறது. இந்தியாவிற்கு அரசால்

பெயர் மாற்றம்

அறிவிக்கப்பட்ட பெயர் பாரதம்; பாரத என்பது அடையாகப் பயன்படுகிறது.

காண்க: நாட்டினர், நாட்டுக்கான பெயரடை.

நிமிர்த்து, நிமிர்

    தலையை நிமிர்த்த/நிமிர்க்க முடிகிறது.

மேலே காட்டிய வாக்கியத்தில் நிமிர்த்த என்பது பயன்படுத்தப்படும் அளவிற்கு நிமிர்க்க என்னும் வடிவம் தற்காலத் தமிழில் பயன்படுத்தப்படுவதில்லை. நிமிர்த்த என்னும் செய வாய்பாட்டு வினையெச்சம் நிமிர்த்து என்னும் வினையிலிருந்தும், நிமிர்க்க என்னும் வினையெச்சம் நிமிர் என்னும் வினையிலிருந்தும் வருபவை. நிமிர் என்னும் வினையிலிருந்து வரும் வினைமுற்று வடிவங்கள்: நிமிர்க்கிறேன், நிமிர்த்தேன், நிமிர்ப்பேன் போன்றவை; இவை தற்காலத் தமிழில் குறைவாகவே காணப்படுகின்றன. நிமிர்த்து என்னும் வினையிலிருந்து வரும் நிமிர்த்துகிறேன், நிமிர்த்தினேன், நிமிர்த்துவேன் போன்றவையே இக்காலத்தில் அதிக வழக்கில் உள்ளன.

வினைத் திரிபு வேறு

காண்க: உடுத்து; போர்த்து.

நினை

இந்த வினைச்சொல் நினைக்கிறேன், நினைத்தேன், நினைப்பேன் என்னும் வினைத்திரிபில்தான் உடன்பாட்டிலும் எதிர்மறையிலும் மிகுதியாக வழங்குகிறது. மற்றொரு வினைத்திரிபில், நினைந்து, நினைந்த, நினைந்தேன் முதலிய உடன்பாட்டு இறந்தகால வடிவங்கள் சிறிது வழக்கில் உள்ளன. நினையாத, நினையாமல், நினையார் முதலிய எதிர்மறை வடிவங்களும் சிறிது வழக்கில் உள்ளன.

*தந்தையின் புகழில் வாழ நினையாத மகன்
வேறு எதையும் நினையாமல் இரு*

நினைகிறேன், நினைவேன் **போன்ற** நிகழ்கால, எதிர்கால வடிவங்கள் இக்காலத் தமிழில் அருகியே காணப்படுகின்றன.

நூறு

100 என்னும் எண்ணை எழுத்தால் எழுதிய இந்தச் சொல் வேற்றுமை உருபு ஏற்கும்போது நூறை, நூறால், நூறோடு, நூறுடன், நூறுக்கு, நூறில் என்ற முறையில் வரும். அதாவது, இறுதி றகரம் இரட்டிக்கும் பொது விதிப்படி பெரும்பாலும் வருவதில்லை (காண்க : 'று' இறுதிப் பெயர்ச்சொற்கள்).   *நூறை ...*

● எனினும், 'கு' வேற்றுமை உருபு ஏற்கும்போது றகரம் இரட்டித்து வருவதே மிகுதி.   *நூற்றுக்கு*

    *நூற்றுக்கு நூறு உண்மை
    நூற்றுக்கு மேற்பட்ட
    நூற்றுக்குக் குறைவு
    நூற்றுக்கு இருபது/முப்பது சதவீதம்
    நூற்றுக்கு எண்பது/தொண்ணூறு பேர்
    நூற்றுக்கு ஒருவர்
    நூற்றுக்கும் மேல்/அதிகமான*

● நூறுக்கு என்பது குறைவாகவே பயன்படுத்தப்பட்டிருக்கிறது.   *நூறுக்கு*

    *கணிதத்தில் நூறுக்கு நூறு
    ஐம்பதுக்கும் நூறுக்கும் ஆசைப்பட்டு
    வயது நூறுக்கு மேலாகிவிட்டது*

● 'கு' மட்டுமின்றி 'இல்' உருபும் நூற்றில் என றகரம் இரட்டித்த வடிவத்தில் வருவதும் உண்டு.   *நூற்றில்*

(நீங்கள் சொன்னீர்களே, அது) நூற்றில் ஒரு வார்த்தை
நூற்றில் ஒருவர்
நூற்றில் ஒரு பங்கு

(நூறில் என்னும் வடிவம் குறைவான வழக்குடைய-
தாகவே தெரிகிறது.)

ஒப்பிடுக: ஆறு

படு-தல்

    பட்ட மரம் தளிர்க்குமா?
    செடி பட்டுப்போகிறது.

'உலர்ந்து காய்ந்துபோதல்' என்னும் பொருளுடைய இந்த வினைக்கு நிகழ்கால, எதிர்கால வடிவங்கள் (படுகிறது, படுவது, படும் முதலியவை) வழக்கில் இல்லை என்பது குறிப்பிடத் தக்கது. பட்டு என்னும் வினையெச்சத்துடன் போ அல்லது விடு என்னும் துணைவினை இணைந்த பட்டுப்போ அல்லது பட்டு-விடு எல்லாக் காலங்களையும் காட்டும் வினை வடிவங்களில் பயன்படுத்தப்படுகிறது.

பட்டுப்போ என்பது மிகுதி

பதற்றம்/பதட்டம்

இந்த இரு சொற்களில் பதற்றம் என்பதே ஏற்றுக்-கொள்ளக் கூடியதாக இருப்பதற்குக் காட்டப்-படும் காரணம் அது பதறு என்னும் வினையிலிருந்து வருகிற சொல்லாக இருப்பதாகும். பதட்டம் என்-பதற்கு எந்தவொரு வினையும் அடிப்படையாக அமையவில்லை.

• அமைப்பில் பதறு என்னும் வினையை ஒத்த உதறு, கதறு, குதறு, சிதறு, இடறு, திணறு, அலறு, உளறு, கிளறு, குமுறு, குழறு முதலிய வினைகளில் 'அம்' விகுதி இணைந்த வடிவங்கள் இல்லை; பதறு மட்டுமே

பதறு என்பதில் மட்டும் 'அம்' விகுதி

'அம்' விகுதி ஏற்றுப் பதற்றம் என வந்துள்ளது. (சீறு, தேறு, நாறு, மாறு, ஏமாறு, தடுமாறு, ஈடேறு, குடியேறு, வெளியேறு, நிறைவேறு, முன்னேறு முதலிய வினைகளில் 'று' உயிர் நெடிலை அடுத்து வருகிறது. இவையே சீற்றம், நாற்றம், மாற்றம் என 'அம்' விகுதி பெறுகின்றன.)

● பதற்றம் என்பதோடு அடை என்னும் வினையும் (பதற்றமடைந்தேன்) பதட்டம் என்பதோடு படு என்னும் வினையும் (பதட்டப்பட்டேன்) இணைவது இயல்பாக உள்ளது.

பய

அஞ்சுதல் என்னும் பொருளுடையதும் எல்லோருக்கும் மிகவும் தெரிந்ததுமான இந்த வினைக்கு நிகழ்கால, எதிர்கால வடிவங்கள் வழங்கவில்லை என்பதைக் குறிப்பிட வேண்டும். பயந்து, பயந்தேன் போன்ற இறந்த கால வடிவங்களே பயன்பாட்டில் உள்ளன. (பயம் என்பதோடு படு சேர்ந்து உருவான பயப்படு என்பதுதான் மூன்று கால வடிவங்களையும் ஏற்கும் வினையாக இருக்கிறது.)

இறந்தகால வடிவங்கள்

குறிப்பு: பயக்கிற, பயந்தது, பயக்கும் முதலிய வினைவடிவங்கள் பய என்னும் வினையடியிலிருந்து வருபவை. இந்த வினையடி வேறு, அஞ்சுதல் என்னும் பொருள் தரும் வினையடியாகிய பய என்பது வேறு.

பய: இரு வினைகள்

பயணி

பயணம் என்னும் பெயர்ச்சொல்லுடன் செய் இணைந்த பயணம்செய் என்பது வினையாகப் பொதுப் பயன்பாட்டில் வழங்கிவருகிறது. ஆனாலும், தற்காலத்தில் பயணம் என்பது இகர விகுதி

பயணி = பயணம்செய்

ஏற்றுப் பயணி என்றாகி வினையாக வழங்குவதை-
யும் காண முடிகிறது. மரணம் என்பது மரணி என
வினையாக ஆனது போலவே பயணம் என்பது
பயணி என வினையாக ஆகியுள்ளது.

பயணித்தோம், பயணிக்கிறான் முதலிய வினைமுற்று-
களும் பயணித்து, பயணித்த முதலிய எச்ச வடிவங்-
களும் வழங்கிவருவதால் இந்த வினையின் பயன்-
பாடு பெருகிவருவதாகவே தோன்றுகிறது. ஆனா-
லும் எங்கள் வினாநிரல் வழியாகப் பயணம்செய் என்-
பதை விரும்பியோர் பலர் என்பதும், பயணி என்-
பதை வினையாகப் பயன்படுத்துவோர் ஒருசிலரே
என்பதும் தெரியவருகிறது. ஒரே ஒருவர் மட்டுமே
பயணம்செய் என்பதைக் காட்டிலும் பயணி என்ப-
தையே விரும்புவதாகத் தெரிவித்திருந்தார். எனவே,
பயணி என்பதை வினையாக ஏற்றுக்கொள்பவர்கூட
பயணம்செய் என்பதை விட்டுவிடுவதில்லை.
('பயணி' என்பது 'பயணம்செய்பவர்' என்னும்
பொருளில் பெயர்ச்சொல்லாக இன்று மிகுதியாக
வழங்கிவருகிறது.)

காண்க: *மரணி; மௌனி.*

பல்கலை/பல்கலைக்கழகம்

பல்கலைக்கழகம் என்னும் சொல்லில் உள்ள கழகம்
விடப்பட்டு இப்போது ஓரளவிற்கு வழக்கிற்கு
வந்திருப்பது பல்கலை என்னும் சுருக்க வடிவம்.

 மதுரைப் பல்கலையில்
 பல்கலை மாணவர்கள்
 பல்கலைத் தேர்வு முடிவுகள்

• இந்தச் சுருக்க வடிவத்துடன் கள் என்னும் பன்மை விகுதி இணைந்தால் பல்கலைகள் என்றாகும். இது பல கலைகள் என்னும் பொருள் தருவதாகவும் இருப்பதால், 'பல பல்கலைக்கழகங்கள்' என்பதைக் குறிப்பிடப் பல்கலைகள் என்பதைப் பயன்படுத்தினால் பொருள் குழப்பம் ஏற்படுகிறது. (சில நாளிதழ்கள் 'பல்கலை.கள்' என்று புள்ளியின் பின் 'கள்' சேர்த்துப் பயன்படுத்தி வருவது மொழியின் சொல்லமைப்பைக் குலைப்பதாகத் தோன்றுகிறது.)

பல்கலைகள்/
பல்கலை.கள்

காண்க: பள்ளி/பள்ளிக்கூடம்

பள்ளி/பள்ளிக்கூடம்

கல்வி கற்பிக்கும் இடத்தைக் குறிப்பதற்கு நீண்ட காலமாக வழங்கிவரும் சொல் பள்ளி. இந்தச் சொல்லுடன் கூடம் என்பது சேர்க்கப்பட்டு உருவான பள்ளிக்கூடம் தனிச் சொல்லாகப் பேச்சு வழக்கில் வழங்குகிறது.

நாளைக்குப் பள்ளிக்கூடம் கிடையாது.

இன்றைய எழுத்து வழக்கில் 'கூடம்' தவிர்க்கப்பட்டு மீண்டும் பள்ளி தனிச் சொல்லாகவும் கூட்டுச்சொல்லின் உறுப்பாகவும் பயன்படுத்தப்படுகிறது.

சொல்
உருவாக்கத்தில்

பள்ளி செல்லும் குழந்தைகள்
உயர்நிலைப்பள்ளி; மேனிலைப்பள்ளி

பற்பல/பலப்பல

இக்காலத் தமிழில் பற்பல, பலப்பல ஆகிய இரு சொற்களும் பயன்பாட்டில் உள்ளன. இந்தப் பெயர்ச்சொற்கள் பெரும்பாலும் பெயரடையாகவே பயன்படுத்தப்படுகின்றன (பற்பல விந்தைகள்/ பலப்பல

பற்பல, பலப்பல:
பெயரடை

எண்ணங்கள்). பற்பல என்பதை விட பலப்பல என்பது மிகுதியாகப் பயனிலையாகவும் பயன்படு-கிறது ('இதனால் விளைந்த நன்மைகள் பலப்பல').

> பலப்பல: பயனிலையாகவும்

காண்க: சிற்சில

பாராட்டுகள்

'தம்பதிக்கு எங்கள் மனமார்ந்த பாராட்டுகள்', 'இனிய பாராட்டுகளைத் தெரிவிக்கிறோம்' போன்ற தொடர்களில் பாராட்டுகள் என்பதைப் பயன்படுத்து-கிற அளவிற்குக் கள் விகுதி இல்லாத பாராட்டு என்-பதைப் பயன்படுத்துவதில்லை. அனுதாபங்கள், வாழ்த்துக்கள் என்பவற்றைப் போலவே பாராட்டுகள் என்பதும் மேலே காட்டிய தொடர்களில் கள் விகுதி-யுடனேயே பயன்படுத்தப்படுகிறது.

பிரபலம்

பிரபலம் என்னும் பெயர்ச்சொல் பெயரடையாக 'புகழ் வாய்ந்த/பலரும் அறிந்த' என்னும் பொருளில் பயன்படுத்தப்படுகிறது ('பிரபல நடிகர்'). மேலும், வாக்கியத்தில் பயனிலையாகவும் பயன்படுத்தப்படு-கிறது ('பட்டுச் சேலைக்கு இந்த ஊர் மிகவும் பிரபலம்').

இக்காலத்தில் மேலே கூறிய இரு பொருளில் மட்டுமல்லாமல் 'பிரபலம் அடைந்த நபர்' (celebrity) என்று ஒருவரைக் குறிப்பிடுவதற்கும் வழங்கிவரு-கிறது. இந்தப் பொருளில் இந்தச் சொல் பெரும்பா-லும் பன்மை விகுதியாகிய கள் ஏற்றே வருகிறது.

> பிரபலம் = பிரபலமானவர்

> பல பிரபலங்கள் ஒரே மேடையில் தோன்றினர்.
> பிரபலங்களைக் கடவுள்களாக நம்பி வழிபடுகிறார்கள்.

பிரபலங்கள் எனப் பன்மையாக வழங்குவது மிகுதி என்றாலும் ஒருமையாக வழங்குவதையும் காண முடிகிறது.

இந்தப் பிரபலத்தைக் குறித்துப் பல செய்திகள் வெளியாகின்றன.

இந்தப் புதிய பொருளில் வார, மாத இதழ்களில் பிரபலம் *மிகுதியாகக் காணப்படுகிறது.*

பிள்ளை: விலங்கினம்

பிள்ளை என்னும் சொல் இரு விலங்குகளோடும் ஒரு பறவையோடும் சேர்த்து வழங்கப்படுகிறது.

அணில்பிள்ளை
கீரிப்பிள்ளை
கிளிப்பிள்ளை

இவற்றில் பிள்ளை *என்பது* குட்டி அல்லது குஞ்சு என்பதைக் குறிப்பிடுவதில்லை.

● தாவரங்களில் தென்னை மரத்தோடு பிள்ளை என்பது சேர்க்கப்பட்டுத் தென்னம்பிள்ளை *என்று* வழங்கப்படுகிறது.

பிள்ளை, பிள்ளைகள்

குழந்தை என்பது போலவே பிள்ளை என்பதும் அஃறிணை ஒருமையாகக் கருதப்பட்டு அதற்குரிய வினைமுற்றுடன் *பயன்படுத்தப்படுகிறது.*

பிள்ளை அழுகிறது.
பிள்ளை விளையாடுகிறது.

ஆனால், பன்மையில் பெரும்பாலும் உயர்திணைப் பலர்பால் வினைமுற்றுடன் பயன்படுத்தப்படுகிறது.

பன்மையில் உயர்திணை

பிள்ளைகள் அழுகிறார்கள்.
பிள்ளைகள் விளையாடுகிறார்கள்.

'பிள்ளைகள் அழுகின்றன/விளையாடுகின்றன' என அஃறிணைப் பன்மையில் கூறுவது குறைவாகவே காணப்படுகிறது.

காண்க: குழந்தை, குழந்தைகள்

புரிதல்

தல் என்னும் விகுதி பெற்ற தொழிற்பெயர்கள் (ஓடுதல், செய்தல், நடத்தல் போன்றவை) பெயர்ச்சொற்களின் இயல்புகள் சிலவற்றை ஏற்பதில்லை. இவை சரியான போன்ற பெயரடைகளையோ என், உன் போன்ற பதிலிடப்பெயர் வடிவங்களையோ வேற்றுமை உருபுகளையோ ஏற்பதில்லை. இக்காலத்தில் புரி என்னும் வினையின் தொழிற்பெயரான புரிதல் மேற்கூறிய தன்மைகளை ஏற்கும் பெயர்ச்சொல்லாகப் பயன்படுவதைக் காணமுடிகிறது.

புரிதல் என்பது பெயர்ச்சொல்

மிகக் குறைவான புரிதலைக் கொண்டே மதிப்பிடுதல்
ஒருவன் தன் புரிதலின் அடிப்படையில்
வாசகனின் புரிதல் திறன்
அது புரிதலுக்குத் தடையாகிவிடும்.
பரிவுடன், புரிதலுடன் பார்த்து

பெற்றோர், பெற்றவர்கள்

பெற்றோர் என்னும் சொல் பன்மை விகுதி கள் இல்லாமலேயே தாய், தந்தை ஆகிய இருவரையும் குறிப்பிடும்; பெற்றவர்கள் என்பது கள் விகுதி இருந்தால்தான் இருவரையும் குறிப்பிடும்.

பெற்றோரின் வேதனை, பெற்றவர்களின் வேதனை

எழுத்து வழக்கிற்குரிய சொல்லாகப் பெற்றோர் இருப்பதால் விண்ணப்பங்கள் போன்றவற்றில் அதன் பயன்பாடு மிகுதி.

சில மொழிநடைகளில்

    பெற்றோரின் கையொப்பம்
    பெற்றோர் ஆசிரியர் கழகம்

பெற்றவர்கள் என்பது பெரும்பாலும் ஒருவரை/ சிலரைப் பெற்றவர்கள் என்னும் முறையிலேயே பயன்-படுத்தப்படுகிறது.

    பெண்ணைப் பெற்றவர்கள், குழந்தைகளைப் பெற்றவர்கள்

கள் விகுதி நீக்கப்பட்டால் தாய், தந்தை ஆகிய இருவரில் ஒருவரையே பெற்றவர் குறிப்பிடும்.

பெற்றவர் ஒருவர்

    என் பாட்டி எட்டுக் குழந்தைகளைப் பெற்றவர்
    பெண்ணைப் பெற்றவரின் கவலை

பெறு: செயப்பாட்டு வினை

படு என்னும் வினைக்குப் பதிலாக இக்காலத்தில் பெறு என்னும் வினை செயப்பாட்டு வாக்கிய அமைப்பில் பயன்படுத்தப்படுகிறது.

    ஓர் ஒலியால் ஈர்க்கப்பட்டேன்/ ஈர்க்கப்பெற்றேன்.

● அழை, சேர்(த்தல்), பணி(த்தல்), தண்டி, நியமி, பாராட்டு, புகழ், மதி(த்தல்) முதலிய வினைகளில் பெறு செயப்பாட்டு வினையாக வருவது இயல்பாக உள்ளது.

சில வினைகளில் இயல்பாக

● ஒருசில வினைகளில் படு மட்டுமே செயப்பாட்டு

வினையாகப் பயன்படுகிறது; அவற்றில் பதிலீடாகப் பெறு வருவதில்லை.

> விண்ணப்பங்கள் வரவேற்கப்படுகின்றன. (வரவேற்கப்-பெறுகின்றன என்று கூறுவதில்லை.)
> அவர் கைதுசெய்யப்பட்டார். (கைதுசெய்யப்பெற்றார் என்று வருவதில்லை.)

* அமை(தல்), கிடை(த்தல்), கைவா, வா முதலிய செயப்படுபொருள் குன்றிய வினைகளுடன் (intransitive verbs) பெறு இணைவதும் உண்டு.

செயப்படு பொருள் குன்றிய வினைகளுடன்

> உடலுக்கேற்ற வகையில் கால்கள் அமையப்பெற்றுள்ளன.
> கடிதம் கிடைக்கப்பெற்றேன்.
> இசைக் கலை கைவரப்பெற்றது.
> விண்ணப்பம் வரப்பெற்றோம்.

பேசா மடந்தை

இந்தத் தொடரில் மடந்தை என்ற சொல் இடம்-பெற்றிருக்கிறது. பெண்ணைக் குறிப்பிடும் மடந்தை என்னும் சொல் இருந்தாலும் இந்தத் தொடர் இக்கால வழக்கில் பேசாதிருப்பவர்/மௌனம் சாதிப்பவர் என்ற பொருளில் ஓர் ஆணைக் குறிக்கவும் வழங்குகிறது.

> பேசா மடந்தையாக இருந்தவன்
> என் நண்பன் பேசா மடந்தை ஆகிவிட்டான்.

பேர்/பேர்கள்

பேச்சு வழக்கில் மிகுதியாகப் பயன்படும் பேர் என்னும் சொல், எழுத்திலும் அறிமுகமாகி வழங்கிவருகிறது. இந்தச் சொல் பெயரையும் (name), நபரையும் (person) குறிப்பிடுகிறது. 'ஒருவருடைய பெயர்'

என்ற பொருளில் இந்தச் சொல் ஒருமையாகவும் பன்மையாகவும் பயன்படுத்தப்படுகிறது. பன்மை-யாகப் பயன்படுத்தப்படும்போது இந்தச் சொல் கள் விகுதி ஏற்கும்.

அவர் பல பேர்களில் வங்கியில் கணக்கு வைத்திருந்தது தெரியவந்தது.

பேர் = பெயர்

நபர் என்ற பொருளில் இந்தச் சொல் எப்போதும் ஒன்றுக்கு மேற்பட்டவரையே குறிக்கிறது. 'ஒரு பேர்' என்று கூறும் வழக்கு இல்லை. பேர் என்பதோடு பன்மை விகுதியாகிய கள் சேர்ப்பது தேவை இல்லை என்றாலும் பேர்கள் என்று கள் விகுதி ஏற்ற வடிவமும் வழங்கிவரக் காணலாம்.

கூட்டத்திற்கு எத்தனை பேர்/பேர்கள் வந்திருந்தார்கள்?

பேர் = நபர்கள்

● முதல் பொருளில் பேர் என்பது எழுத்து வழக்கில் தவிர்க்கப்பட்டுப் பெயர் என்னும் சொல்லே பெரும்-பாலும் பயன்படுத்தப்படுகிறது. இரண்டாவது பொருளில் பேர் என்பது ஏற்றுக்கொள்ளக்கூடிய-தாகவே இருக்கிறது. இந்தப் பொருளில் பேர் என்-பதைத் தவிர்க்க விரும்புவோர் நபர், ஆள் முதலிய சொற்களையே பயன்படுத்துகிறார்கள்; பெயர்கள் என்பதைப் பெருமளவு தவிர்க்கின்றனர். எனவே, பின்வருமாறு எழுதுவது விரும்பத் தகுந்தது.

அவர் பல பெயர்களில் வங்கியில் கணக்கு வைத்திருந்தார்.
கூட்டத்திற்கு நூறு பேர் வந்திருந்தனர்.

பொறுத்து, பொறுத்த, பொறுத்தது

தூரத்தைப் பொறுத்துக் கட்டணம் இருக்கும்.
என்னைப் பொறுத்தவரை அவன் நல்லவன்.
செலவு உன்னைப் பொறுத்தது.

இந்த இடங்களில் எல்லாம் பொருத்து, பொருத்த, பொருத்தது என்னும் வடிவங்களும் பயன்படுத்தப்படுகின்றன. ஆனால், இக்காலத்தில் றகரத்தைப் பயன்படுத்துவது மிகுதி எனத் தரவு வழியாக அறிய முடிகிறது (பொறுத்து/பொருத்து 305/69, பொறுத்த/பொருத்த 550/93, பொறுத்தது/பொருத்தது 158/13). மேலும், பொறு என்னும் வினையிலிருந்துதான் பொறுத்து (வினையெச்சம்), பொறுத்த (பெயரெச்சம்), பொறுத்தது (ஒருமை வினைமுற்று) முதலியவை வருகின்றன. பொருத்து, பொருத்த, பொருத்தது ஆகிய வடிவங்களுக்கு அடிப்படை பொருத்து என்று கொண்டால் பொருத்தி (வினையெச்சம்), பொருத்திய (பெயரெச்சம்), பொருத்தியது (ஒருமை வினைமுற்று) என்ற முறையில் வடிவங்கள் வரும். எனவே, வினைத் திரிபு அடிப்படையிலும் பொறுத்த முதலியவையே சரியான வடிவங்கள் ஆகும். இந்த வடிவங்கள் காட்டும் 'சார்தல்' என்னும் பொருளைப் பொறு, பொருத்து ஆகிய இரு வினைகளிலும் காண முடியவில்லை.

பொறு → பொறுத்து

போர்த்து, போர்

அவருக்குப் பொன்னாடை போர்த்த/போர்க்க வேண்டும்.

போர்த்து என்னும் வினையிலிருந்து வரும் போர்த்த என்னும் (செய வாய்பாட்டு) வினையெச்சமே தற்காலத் தமிழில் அதிக அளவில் வழங்குகிறது. இந்த வினையடியிலிருந்து வரும் வினைமுற்று வடிவங்கள் போர்த்துகிறேன், போர்த்தினேன், போர்த்துவேன் போன்றவை. போர் என்பதிலிருந்து வரும் போர்க்கிறேன், போர்த்தேன், போர்ப்பேன் முதலியவை இன்றைய வழக்கில் மிக அருகியே காணப்படுகின்றன.

காண்க: உடுத்து; நிமிர்த்து

ம் இறுதிப் பெயர்ச்சொற்கள்

மகரத்தில் முடியும் பெயர்ச்சொற்கள் அத்து என்னும் சாரியை பெற்ற பின்பே வேற்றுமை உருபுகளை ஏற்கின்றன. மகர இறுதி பெயர்ச்சொற்களில் சில இந்த பொதுவிதிப்படி அத்துச் சாரியை பெற்றும் பொதுவிதியிலிருந்து விலகி அத்துச் சாரியை பெறாமலும் வேற்றுமை உருபுகளை ஏற்பதைத் தரவில் காண முடிகிறது.

● வேற்றுமை உருபுகளிலும் 'உடன்', 'ஓடு' ஆகிய இரு உருபுகளுமே அத்துச் சாரியை இல்லாமல் பெயர்ச்சொற்களில் இணைகின்றன.

● கவனம், ஆர்வம், நலம் ஆகிய 3 சொற்களில் அத்துச் சாரியை இல்லாமல் மிகுதியாக இணையும் உருபு 'உடன்' என்பதே. கவனமுடன் 19 முறையும் ஆர்வமுடன் 13 முறையும் வந்துள்ளன. (மேலும் பின்னே கொடுக்கப்பட்டுள்ள நலம், வளம் ஆகியவற்றையும் காண்க.)

கவனமுடன் 19
ஆர்வமுடன் 13

பெரும்பாலும் மகர இறுதிக்கு முன் உள்ள உயிரெழுத்து நெடிலாக இருந்தால் ('ஆம்' என்று இருக்குமானால்) அந்தப் பெயர்கள் அத்துச் சாரியை பெறாமலேயே எல்லா வேற்றுமை உருபுகளையும் ஏற்பதுண்டு.

இனாமை, இனாமோடு
முகாமுக்கு, முகாமில்
அஸ்ஸாமில்

இந்தச் சொற்கள் இனாத்தை, இனாத்தோடு, முகாத்துக்கு, முகாத்தில், அஸ்ஸாத்தில் என்று அத்துச் சாரியை பெற்ற வடிவங்களில் வருவதே இல்லை.

நலம்

இந்தப் பெயர்ச்சொல் அத்து என்னும் சாரியை இல்லாமலும் 'உடன்' என்னும் உருபு ஏற்று 'வாழ்' போன்ற வினைகளோடு பயன்படுத்தப்படுகிறது.

நலத்துடன், நலமுடன்

> நலமுடன் வாழ்வார்

தரவில் நலத்துடன், நலமுடன் ஆகிய இரண்டுமே 11 முறை வந்துள்ளன.

வளம்

இந்தப் பெயர்ச்சொல் அத்துச் சாரியை பெறாமலும் வேற்றுமை உருபுகளை ஏற்கிறது. 'உடன்' அல்லது 'ஓடு' என்னும் உருபுகள் மட்டுமே அத்துச் சாரியை இல்லாமல் இந்தச் சொல்லோடு இணைகின்றன.

வளத்துடன், வளமுடன்

> வளமுடன் வாழ்க
> வளமோடு வாழ்க

தரவில் வளத்துடன், வளமுடன் ஆகிய இரண்டுமே 4 முறையும் வளத்தோடு 6 முறையும் வளமோடு 3 முறையும் வந்துள்ளன.

மரணி

மரணம் என்னும் பெயர்ச்சொல்லுடன் அடைதல் என்னும் வினை இணைந்த மரணமடைதல் என்பது பொதுப் பயன்பாட்டில் உள்ளது. மேலும், மரணம் என்பது இகர விகுதி பெற்று மரணி என வினையாகவும் பயன்படுகிறது. (சென்னைப் பல்கலைக்கழகம் வெளியிட்ட தமிழ் அகராதி மரணி என்பதை வினையாகத் தந்து யாழ்ப்பாண வழக்காகக் காட்டியுள்ளது.)

மரணி வினைமுற்றாக ('அவர் மரணித்தார்' என்பது போல்) பயன்படுத்தப்படுவதை விட, எச்ச வடிவத்தில் ('அவர் மரணிக்கும் தறுவாயில் கூறியது', 'படைக்கக் கூடியவன், மரணிக்கச் செய்வான்') அதிகமாகப் பயன்படுத்தப்படுகிறது என்று கூறலாம்.

எச்ச வடிவங்களில்

காண்க: பயணி, மௌனி.

மற்றும்

மற்றும் என்னும் இடைச்சொல் இக்காலத்தில் அறிவியல் கட்டுரைகளிலும் அரசு ஆவணங்களிலும் பெருமளவு பயன்படுத்தப்படுகிறது. இதன் எதிரொலியைப் பொதுத் தமிழிலும் காண முடிகிறது. மற்றும் என்பதன் பயன்பாடு தமிழில் முன்பே உள்ள இடைச்சொல் உம் முதலியவற்றால் தவிர்க்கக் கூடியதாக இருக்கிறது. ஆயினும் அதன் பெருவழக்குக் கருதியும் வசதி கருதியும் ஏற்றுக்கொள்ளக் கூடிய இடங்களும் உண்டு.

அ. ஏற்றுக்கொள்ளக் கூடிய இடங்கள்

1. இரு பிரிவுகள், துறைகள், பதவிப் பெயர்கள் முதலியவை தேவை கருதி இணைக்கப்படும்போது இரண்டையும் இணைக்கும் சொல்லாக மற்றும் பெருமளவில் பயன்படுத்தப்படுகிறது.

இரு பிரிவுகளில்

> கலை மற்றும் அறிவியல் கல்லூரி
> குடிநீர் வழங்கல் மற்றும் கழிவுநீரகற்றும் வாரியம்
> இயக்குநர் மற்றும் துறைத்தலைவர்

2. தொகுத்துச் சுட்டப்படும் பலவற்றுள் ஒன்று ஏனையவற்றிலிருந்து வேறுபட்டிருப்பதையும் வேறுபட்டாலும் தொகுப்புக்கு உட்பட்டிருப்பதைக் காட்ட மற்றும் பயன்படுத்தப்படுகிறது.

வேறுபடுத்தல்

இடி, மின்னல் மற்றும் கொடிய விலங்குகளைக் கண்டு அஞ்சினர்.
(இடி, மின்னல் ஆகிய இரண்டும் இயற்கை நிகழ்வுகள்; அவற்றிலிருந்து மற்றும் என்பதால் பிரிக்கப்படுவது கொடிய விலங்குகள்; என்றாலும் 'அஞ்சத்தக்கவை' என்னும் தொகுப்பில் அதுவும் உட்படுத்தப்படுகிறது.)

மற்றும் என்பதன் இந்தப் பயன்பாட்டை ஏற்றுக்கொள்ளலாம் என்பது பலரின் கருத்து.

ஆ. ஏற்றுக்கொள்ளத் தேவை இல்லாத இடங்கள்

1. தொகுத்துச் சுட்டப்படுபவை குறைவாகவும் ஓர் இனமாகவும் இருக்கும்போது உம் என்னும் இடைச்சொல்லைப் பயன்படுத்துவது இயல்பாக இருக்கிறது. அந்த இடங்களில் உம் என்பதைத் தவிர்த்துவிட்டு 'மற்றும்' என்பதைப் பயன்படுத்துவது தேவையற்றது.

உம் இடைச்சொல் இயல்பானது

ஒளியும் எக்ஸ்ரே கதிர்களும் வைரத்தை ஊடுருவக் கூடியவை.
(இங்கு 'உம்' என்பதை நீக்கிவிட்டு 'ஒளி மற்றும் எக்ஸ்ரே கதிர்கள்' என்று பயன்படுத்தத் தேவையில்லை.)

2. நிரல்படுத்திக் கூறியவைகளின் பின் அவை முடிந்ததாகக் காட்டும் ஆகிய, ஆகியவை என்னும் சொற்கள் இடம்பெறும் வாக்கியத்தில் மற்றும் சேர்ப்பது தேவையற்றது.

மற்றும்+ஆகியவை தேவை இல்லை

உடலிலிருந்து திரவ வடிவக் கழிவுப்பொருள்கள் சிறுநீரகங்கள் மற்றும் தோல் ஆகியவைமூலம் வெளியேறுகின்றன.
(இங்கு 'சிறுநீரகங்கள் மற்றும் தோல் ஆகியவை

மூலம் வெளியேறுகின்றன' என்பதில் மற்றும், ஆகியவை **இரண்டையும் பயன்படுத்துவது இயல்பாக இல்லை.**)

மனம்/மனது

மனம் என்பதை அடிப்படைச் சொல்லாகக் கொண்-டால் அது வேற்றுமை உருபுகளை ஏற்கும்போது **அத்து** என்னும் சாரியை இணைந்து வரும்: மனத்தை, மனத்தால், மனத்தோடு, மனத்துடன், மனத்துக்கு/மனத்-திற்கு, மனத்தின், மனத்தில்.

மனம் + அத்து + உருபு

மனது என்பதை அடிப்படைச் சொல்லாகக் கொண்-டால் அது வேற்றுமை உருபுகளைப் பின்வரும் முறையில் ஏற்றுவரும்: மனதை, மனதால், மனதோடு, மனதுடன், மனதுக்கு/மனதிற்கு, மனதின், மனதில்.

மனது + உருபு

வேற்றுமை உருபு ஏற்ற வடிவம் எதை (**மனம்** என்-பதையா **மனது** என்பதையா) அடிப்படையாகக் கொண்டு வந்தது என்பதை மேலே காட்டிய பகுப்பி-லிருந்து அறிந்துகொள்ளலாம்.

மார் என்னும் பன்மை விகுதி

கள் என்னும் பன்மை விகுதியோடு **மார்** என்பதும் பன்மையைக் குறிக்கும் விகுதியாகப் பயன்படுகிறது. **கள்** என்னும் விகுதி எல்லாப் பெயர்ச்சொற்களுட-னும் இணைக்கப்படுவது போல் **மார்** விகுதி இணைக்-கப்படுவதில்லை. இந்த விகுதி உயர்திணைப் பெயர்களுடன் (பெரும்பாலும் உறவுப்பெயர்களு-டனும், சாதிப் பெயர்களுடனும்) சேர்க்கப்படுகிறது.

ஒருமை	பன்மை
மனைவி	மனைவிமார்
செட்டி	செட்டிமார்
குரு	குருமார்
தோழி	தோழிமார்

மார் விகுதி பயன்படும் முறை குறிப்பிடத் தகுந்ததாக உள்ளது.

1. மார் விகுதி இணைந்த சொற்களோடு கள் விகுதியும் இணையலாம். இவை இரு பன்மை விகுதிகள் ஏற்ற சொற்கள் ஆகின்றன.

மார் + கள்

> செட்டிமார்கள்
> குருமார்கள்
> தோழிமார்கள்

2. இரு பன்மை விகுதிகளை ஏற்ற சொற்களில் மார் விகுதி விடப்படுவதும் உண்டு.

> குருக்கள்
> தோழிகள்

3. ஆனாலும் சில உறவுப்பெயர்களில் மார் விடப்படுவதில்லை. மார் விடப்பட்டால் கள் இணைந்து இந்தப் பெயர்கள் வழங்குவதில்லை. மார் இல்லாத நிலையில் அவை மரியாதைக் குறைவாகவோ தரக் குறைவாகவோ கருதப்படலாம்.

சில உறவுப்பெயர்களில் 'மார்' தேவை

மனைவிமார்கள்	மனைவிகள்
தாய்மார்கள்	தாய்கள்
அக்காமார்கள்	அக்காக்கள்
கணவன்மார்கள்	கணவன்கள்

4. 'ன்' என்று முடியும் ஒருமைப் பெயர்கள் மார் விகுதியை ஏற்கும் (கணவன்மார்); ஆனால் அவை 'ர்' என்பதை இறுதியாக ஏற்றுவரும் போது (கணவர்

ன் → ர் + கள்

என்று வரும்போது) அவற்றில் மார் விகுதி இணைக்கப்-படுவதில்லை; அவை கள் விகுதியை ஏற்கின்றன.

கணவன்	கணவர்கள்
சினேகிதன்	சினேகிதர்கள்

(தரவுகளிலிருந்து தொகுக்கப்பட்ட பெயர்களில் மைத்துனர்மார் என்பது மட்டும் 'ர்' விகுதியுடன் மார் இணைந்து காணப்படுகிறது.)

5. சில வட்டாரங்களில் மார் இணைந்த சாதி (குறை-வாக மதம்) சார்ந்த பெயர்கள் வழக்கில் இருந்தாலும் அவை எழுத்து வழக்கில் தவிர்க்கப்படுகின்றன. (எ-டு) சாயபுமார், செட்டிமார், தேவர்மார், பாய்மார் (= முகமதியர்), பிள்ளைமார்.

6. ஏதேனும் ஒரு பெயர்ச்சொல்லில் மார் சேர்ப்பது பழைய முறையாகவும் கள் விகுதி சேர்த்தால் அது ஏற்க முடியாததாகவும் இருக்குமானால் பொருள் ஒத்த வேறு சொல் அந்தச் சொல்லிற்கு மாற்றாக வருகிறது. அக்காமார்கள் என்பது பேச்சு வழக்கில் இருந்தாலும் எழுத்து வழக்கில் குறைவு; அக்காக்கள் ஏற்கத் தகுந்ததாக இல்லை. எனவே, பொது வழக்கில் சகோதரிகள் என்ற சொல்லும் உயர்வழக்கில் தமக்கையர் என்ற சொல்லும் வழங்குகின்றன.

பல நிலைகள்: அக்காமார்கள், சகோதரிகள், தமக்கையர்

7. மார் விகுதியின் பின் கள் வருவதே மிகுதி; கள் விகுதியின் பின் மார் வருவது மிகக் குறைவு. மரு-மக்கள்மார் என்று கூறுவது ஏற்கக்கூடியதாகத் தோன்றுகிறது.

8. நாயன்மார் என்பதில் உள்ள மார் பன்மை விகுதி-யாக இருந்தாலும் அது இல்லாத நாயன் என்னும் ஒருமை வடிவம் இக்காலத்தில் இல்லை.

முடிபு, முடிவு

முடிதல் என்னும் வினையிலிருந்து வரும் இந்த இரு பெயர்ச்சொற்களில் முடிவு என்பதற்குப் பல பொருள்கள் உள்ளன. பல பொருள்களில் ஒன்று கண்டறிந்த கருத்து (finding) என்பதாகும். இந்தப் பொருளில் மட்டும் 'முடிவு'க்கு இணையாக முடிபு பயன்படுத்தப்படுகிறது.

அவரின் ஆராய்ச்சி முடிபு/முடிவு.
முடிபுகளுக்கு/முடிவுகளுக்கு ஆதரவாக மேலும் சான்றுகள்.
ஆராய்ந்து சில முடிபுகளை/முடிவுகளைக் கூறியிருக்கிறார்.

● ஓரிரு இடங்களில் 'முடிபு' மட்டுமே பொருத்தமாக இருக்கிறது

அவரது முடிபில் எனக்கு உடன்பாடு இல்லை.

காண்க: *துணிபு, துணிவு.*

முயல், முயற்சிசெய், முயற்சி

முயல் என்னும் வினைச்சொல் இக்காலத் தமிழிலும் வழங்கிவருகிறது. இந்த வினைச்சொல்லிலிருந்து உருவான முயற்சி என்னும் பெயர்ச்சொல்லும் பெருவழக்கில் உள்ளது. மேலும், முயற்சி என்பதுடன் செய் அல்லது பண்ணு என்னும் வினை இணைந்த முயற்சிசெய்/பண்ணு, முயல் என்னும் வினையோடு பொருள் வேறுபாடு இல்லாமல் பயன்படுத்தப்படு-கிறது ('அனுமதி பெற முயன்றோம்/முயற்சிசெய்-தோம்'). முயல், முயற்சிசெய் ஆகியவற்றுடன் முயற்சி என்பதும் வினையாக இன்று வழங்கிவரு-கிறது ('அனுமதி பெற முயற்சித்தோம்'). இந்த மூன்று வினைகளில் முயல் என்பது பெரும்பாலும்

உயர்நடையிலும், முயற்சி செய்/பண்ணு என்பது பொதுத்தமிழ் நடையிலும் பேச்சிலும் வழங்கி வருவதைத் தரவில் காண முடிகிறது. முயற்சி என்பது வினையாகப் பயன்படுவது உயர்நடையில் குறைவாக இருந்தாலும் பொதுத்தமிழ் வழக்கில் இருக்கிறது. எங்கள் வினா நிரலை நிறைவுசெய்தவர்கள் வழியாக இது உறுதிசெய்யப்படுகிறது. (பத்திரிகைகளில் பயன்படுத்தப்படுவதாக 7 பேரும், கட்டுரைகளில் பயன்படுத்தப்படுவதாக 5 பேரும் கூறியுள்ளனர்.) (சென்னைப் பல்கலைக்கழகம் வெளியிட்டுள்ள தமிழ் அகராதி முயற்சி என்பதை வினையாகக் கொடுத்து 'கொச்சை' (colloquial) என்று அதன் பயன்பாட்டின் தரத்தைக் குறிப்பிட்டுள்ளது.)

'கொச்சை' என்று இன்று கருதப்படாவிட்டாலும் முயற்சி என்பது வினையாகப் பயன்படுத்தப்படுவதை ஏற்காதவர்கள் உண்டு. (பயில் என்னும்-வினையிலிருந்து பயிற்சி என்னும் பெயர்ச்சொல் வருகிறது; அதனுடன் செய் என்னும் வினை இணைந்து வருகிறது; ஆனால் பயிற்சி என்பது வினையாக பயன்படுத்தப்படுவதில்லை. இதனோடு ஒப்பிட்டுப் பார்க்கும்போது முயற்சி வினையாக வருவது விதிவிலக்காகவே தெரிகிறது.)

முயற்சி: விதிவிலக்காக வினை

முன்னாள்

1. *முன்னாள் பின்னணிப் பாடகி*
   முன்னாள் நிதி அமைச்சர்

மேலே காட்டிய இரு எடுத்துக்காட்டுகளிலும் 'பின்னணிப் பாடகி', 'நிதி அமைச்சர்' ஆகிய தொடர்கள் முன்னாள் என்பதை முதலில் ஏற்குமே தவிர தொடரின் இடையில் ('பின்னணி முன்னாள் பாடகி', 'நிதி முன்னாள் அமைச்சர்') ஏற்பதில்லை;

பிரிவுபடாத தொடர்

ஏனெனில் அவை பிரிவுபடாத ஒரே அலகாக (single unit) இருக்கும் தொடர்.

2. முன்னாள் சட்டமன்றத் தலைவர்
சட்டமன்ற முன்னாள் தலைவர்

பிரிவுபடும் தொடர்

'சட்டமன்றத் தலைவர்' என்னும் தொடர் இறுக்கமான தொடராக இல்லாமல் நெகிழ்ச்சி உடையதாக இருக்கிறது. தொடரின் நெகிழ்ச்சி காரணமாக 'முன்னாள்' என்பது தொடரின் இடையில் வருவதும் ஏற்புடையதாக இருக்கிறது.

3. முன்னாள் மாவட்ட ஆட்சியர்
தஞ்சை மாவட்ட முன்னாள் ஆட்சியர்

'மாவட்ட ஆட்சியர்' என்பதற்கு முன் இடப்பெயர் (தஞ்சை) அடையாக வரும்போது இடப்பெயரும் மாவட்டமும் இறுக்கமான இணை ஆகிறது. எனவே முன்னாள் என்பது இணையின் பின் வருவது ஏற்புடையதாகிறது. இது போன்றே சட்டமன்றத் தலைவர் என்பதன் முன் மாநிலப் பெயர் ஏதேனும் இணைக்கப்பட்டால், மாநிலமும் சட்டமன்றமும் ஓர் இணை ஆகிவிடுவதால் 'கர்நாடகச் சட்டமன்ற முன்னாள் தலைவர்' என்பது ஏற்புடையதாகிறது. ஆனால், ஒரு நாட்டின் பெயர் முதலில் இடப்பட்டாலும் 'நிதி அமைச்சர்' என்னும் தொடர் பிரிவுபடுவதில்லை. ('இந்திய நிதி முன்னாள் அமைச்சர்' என்று வருவதில்லை.)

... மேல் கொள்/மேற்கொள்

1. மேற்கொள் என்பது இக்காலத் தமிழில் நடத்துதல், கைக்கொள்ளுதல் போன்ற பொருள்களில் வழங்கிவருகிற ஒரு வினைச்சொல்லாகும்.

2. மேல் என்பது ஒரு பெயர்ச்சொல்லோடு இணையும்போது இட வேற்றுமை உருபாக இருக்கும்.

முருகன்மேல் கொண்ட பக்தி

மேல் என்பதில் உள்ள 'ல்' வல்லின மெய்யாகிய 'க' வரும்போது றகரமாகத் திரியும். இந்தச் சந்தி விதியை ஏற்றுக்கொண்டு

முருகன்மேல் கொண்ட
X
முருகன் மேற்கொண்ட

அம்மகளிர் முருகன் மேற்கொண்ட மயக்கத்தை

என்று எழுதுவது கூறவந்த பொருளுக்கு ('மகளிர் முருகன்மேல் கொண்ட') மாறாக முடிந்துவிடுகிறது. மேல் போன்ற சொற்களை றகரமாக மாற்றி எழுதுவதில் கவனம் தேவை என்பதை இந்த எடுத்துக்காட்டு சுட்டிக்காட்டுகிறது.

மௌனி

மௌனம் என்னும் பெயர்ச்சொல்லுடன் 'ஆக' என்னும் வினையடை விகுதியும் 'இரு' என்னும் வினையும் இணைந்த 'மௌனமாக இரு' என்னும் கூட்டுவினை பொதுப் பயன்பாட்டில் வழங்கிவருகிறது. இக்காலத்தில் இகர விகுதி ஏற்ற 'மௌனி' என்னும் வினையடி 'மௌனமாக இரு' என்பதற்கு இணையாக வழங்கவும் காணலாம். 'நான் ஒரு நிமிடம் மௌனமாக இருந்தேன்' என்பதை 'நான் ஒரு நிமிடம் மௌனித்தேன்' என்று எழுதுவது படைப்புலகத்தில் காணக்கூடியதாக உள்ளது.

காண்க: பயணி, மரணி

யார்

1. இந்த வினாச் சொல் எழுவாயாக இருக்கும்போது அதற்குரிய வினைமுற்று உயர்திணைப் பன்மையிலேயே அமைகிறது.

உயர்திணைப் பன்மை இயைபு

யார் வந்தார்கள்?
யார் கதவைத் தட்டினார்கள்?

(வந்தார்கள், தட்டினார்கள் என்பதற்குப் பதிலாக வந்தது, தட்டியது என்னும் உயர்திணைப் பன்மை விகுதிகள் இல்லாத வடிவங்கள் பயன்படுத்தப்படுவதும் உண்டு.) மேலே கூறிய இரண்டிலும் உயர்திணை ஒருமை வினைமுற்றுகள் (வந்தான்/ வந்தாள், தட்டினான்/ தட்டினாள்) பயன்படுத்தப்படுவதில்லை.

2. வந்தவன், வந்தவள், வந்தவர்கள் போன்ற வினையாலணையும் பெயர்கள் இருக்கும்போது யார் ஒருமை பன்மை வேறுபாடு இல்லாமல் வாக்கியத்தின் இறுதியில் பயன்படுத்தப்படுகிறது.

ஒருமை பன்மை வேறுபாடு இல்லை

வீட்டுக்கு வந்தவன்/ வந்தவள்/ வந்தவர்கள் யார்?

வணக்கம்

'என் நன்றி கலந்த வணக்கத்தைத் தெரிவித்துக்கொள்கிறேன்', 'என் நன்றியையும் வணக்கங்களையும் தெரிவித்துக்கொள்கிறேன்' என்ற தொடர்களில் வணக்கம் என்பது கள் விகுதி இல்லாமலும், கள் விகுதி சேர்த்தும் பயன்படுத்தப்பட்டிருக்கிறது. பாராட்டுகள் என்பதும் வாழ்த்துக்கள் என்பதும் கள் விகுதியுடன் பயன்படுத்தப்படுவதைப் போல் வணக்கங்கள் பயன்படுத்தப்படுவதில்லை.

வல்ல

வடிவத்தில் நல்ல என்னும் பெயரடை போல் இருந்தாலும் வல்ல என்பது ஒரு பெயரடையாக வந்து பொருள் நிறைவுடன் இருப்பதில்லை. (வல்ல திட்டம் என்பது பொருளில் குறைவுடையது.) எனவே, வல்ல என்பதற்கு முன் சொல் தேவைப்படுகிறது.

வல்ல என்பதற்கு முன் செய என்னும் வாய்பாட்டு வினையெச்சம் வருவது மிகுதி.

செயல்படுத்த வல்ல திட்டம்

'செய' வினையெச்சம் + வல்ல

- வல்ல என்பதற்கு முன் 'இல்' என்னும் வேற்றுமை உருபு ஏற்ற பெயர்ச்சொல் வருவதும் உண்டு.

இசையில் வல்ல பாணர்கள்

- 'இல்' என்னும் வேற்றுமை உருபு வெளிப்படாமல் வருவதும் உண்டு.

வேதம் வல்ல அறிஞர்கள்

- வல்ல என்பதற்கு முன் எல்லாம் என்ற சொல் ('எல்லாம் வல்ல இறைவன்') அதிக அளவில் வந்துள்ளது. அதே பொருளுடைய அனைத்தும், சர்வமும் ஆகியவையும் வரலாம் ('அனைத்தும்/சர்வமும் வல்ல ஈஸ்வரன்').

எல்லாம் + வல்ல

வலம்/ வலது

'வலப் பக்கமாகத் திரும்பு' என்பதைவிட 'வலது பக்கமாகத் திரும்பு' என்பதே இன்று பெருவழக்காக இருக்கிறது. ஆனாலும் சில தொடர்களில் வலம் என்பதும் வேறு சில தொடர்களில் வலது என்பதும்

மாற்றப்படக் கூடியதாக இருப்பதில்லை. 'பூமி இடவலமாகச் சுற்றுகிறது' என்பதில் 'இடது வலதாக' என்று கூறும் வழக்கம் இல்லை. சில உடல் உறுப்புக்களுடன் வலது என்பதே இணைந்து வருகிறது (வலது கால்/தொடை). வலதுசாரிகள் என்பதுதான் சொல்; இது வலச்சாரிகள் என்று வழங்கப்படக் காணோம்.

காண்க: இடம், இடது.

வறட்சி/ வரட்சி

'நீர் வற்றிக் காய்ந்த நிலை' என்னும் நேர் பொருளிலும், 'குறைந்துபோன நிலை' என்னும் உருவகப் பொருளிலும் பயன்படுத்தும் சொல் வறட்சி என்பதே. இதில் உள்ள வல்லின றகரம் இடையின ரகரமாக மாற்றப்பட்டு எழுதப்படுவதைத் தரவில் காண முடிகிறது. வறட்சி ***360*** இடங்களுக்கு மேல் வந்திருக்க, வரட்சி ***17*** இடங்களிலேயே வந்திருக்கிறது.

● வறட்சி என்னும் பெயர்ச்சொல் வறள் என்னும் வினையடியிலிருந்து வந்தது. பெயர்ச்சொல்லில் மட்டும் அல்லாமல் வினையடியிலும் இடையின ரகரம் இடம்பெற்ற சில வினைவடிவங்கள் குறைந்த அளவில் வந்திருப்பதையும் காண முடிகிறது. வரண்ட, வரண்டு ஆகிய இரு வடிவங்கள் காணப்பட்டாலும் வறண்ட, வறண்டு என்பவையே மிகுதியாகப் பயன்படுத்தப்பட்டுள்ளன.

வினையடி: வறள்

● வறள் போன்று வல்லின றகரத்தை அடுத்து ளகரத்தை உடைய வினையடிகளோ அவற்றிலிருந்து வரும் பெயர்ச்சொற்களோ இக்காலத் தமிழில் வேறு இல்லை.

வாசிப்பது

வானொலியில் செய்திகளைத் தருபவர் செய்திகள் வாசிப்பது என்று தொடங்கித் தன் பெயரைக் கூறிய பின் செய்திகளைப் படிப்பது வழக்கத்தில் இருக்கிறது. வாசிப்பது என்னும் வினை வடிவம் உயர்திணை எழுவாய்க்கு இணைவது பொருத்தம் இல்லை என்ற கருத்தில் இதை வாசிப்பவர் என்று மாற்றுவது உண்டு.

- 'பரணர் பாடியது' போன்ற தொடர்கள் சங்க இலக்கியப் பாடல்களின் அடிக்குறிப்புகளில் பெருவழக்காகப் பயன்படுத்தப்பட்டுள்ளன. 'இது பரணர் பாடியது' என்பதில் 'பாடியது' என்பதற்கு 'இது' எழுவாய் என்று கூறவும் முடியும்.

அவனை அவர் பாடியது

- வாசிப்பது போன்ற எதிர்கால வடிவங்கள் எழுவாய்க்கு முன்னும் (வாசிப்பது முருகன்), பாடியது போன்ற இறந்தகால வடிவங்கள் வாக்கியத்தின் இறுதியிலும் (பரணர் பாடியது) இயல்பாக வருகின்றன.

வாழ்த்துக்கள்

பிறந்த நாள், பண்டிகை நாள் போன்ற சிறப்பு நாட்களில் ஒருவருக்கு அனுப்பும் வாழ்த்துச் செய்தியில் 'உங்களுக்கு என்னுடைய பிறந்த நாள் வாழ்த்துக்கள்', 'என்னுடைய பொங்கல் வாழ்த்துக்கள்' போன்ற தொடர்கள் எழுதப்படுகின்றன. அன்றைய நாளுக்கான வாழ்த்தும் வாழ்த்துக்கள் எனப் பன்மையிலேயே தெரிவிக்கப்படுகிறது. 'உங்களுக்கு என்னுடைய பிறந்த நாள் வாழ்த்து', 'உங்களுக்கு எங்கள் பொங்கல் வாழ்த்து' என்று ஒருமையில் குறிப்பிடுவது குறைவு.

விமானம்/ ஆகாயவிமானம்

தற்போது விமானம் என்பதே தனிச் சொல்லாகி- விட்டது. மேலும், சொல் உருவாக்கத்திற்கும் அதுவே பயன்படுத்தப்படுகிறது.

இயந்திரக் கோளாறு காரணமாக விமானம் தரை இறங்கியது.
விமான நிலையம்
விமானக் கடத்தல்
விமானிகள்

(ஆகாயவிமானம் வழக்கு இழந்துவிட்டது என்றே கூறலாம்.)

'று' இறுதிப் பெயர்ச்சொற்கள்

'று'வில் முடியும் பெயர்ச்சொற்கள் ('டு'வில் முடியும் பெயர்ச்சொற்களைப் போலவே) இரு வகை. 'ற்று' என்பதை இறுதியாகக் கொண்டவை (பற்று, காற்று முதலியவை), 'று'வை மட்டும் இறுதியாகக் கொண்-டவை (சோறு, கிணறு முதலியவை). 'று'வை இறுதி-யாகக் கொண்ட சொற்கள் வேற்றுமை உருபுகளை ஏற்கும்போது 'று' இரட்டித்த நிலையில் வரும் (சோற்றை, கிணற்றில் முதலியவை).

ஆனாலும் 'று'வில் முடியும் சில சொற்கள் வேற்றுமை உருபுகளுடன் றகரம் இரட்டித்தும், வேறு சில உருபுகளுடன் இரட்டிக்காமலும் வழங்கிவருகின்றன.

'சோறுக்கு வழி' என்பதை விட 'சோற்றுக்கு வழி' என்னும் றகரம் இரட்டித்த வடிவத்தையே மிகுதி-யாகக் காண முடிகிறது. ஆனால் 'எலுமிச்சம்பழச் சாறை' என்னும் இரட்டிக்காத வடிவம் சாற்றை என்னும் றகரம் இரட்டித்த வடிவத்துடன் வழங்கி-வருகிறது. எந்தெந்தச் சொற்கள் இது போன்று

இரட்டை வழக்குடன் வழங்கிவருகின்றனவோ அவை கீழே தரப்பட்டுள்ளன.

கயிறு

இந்தச் சொல் பெரும்பான்மையும் றகரம் இரட்டித்த பின்பே வேற்றுமை உருபு ஏற்கிறது. தரவில் கயிற்றை **106** முறையும் கயிறை **10** முறையும் கயிற்றால் **22** முறையும் கயிறால் **3** முறையும், கயிற்றில் **36** முறையும் கயிறில் **1** முறையும் பயன்படுத்தப்பட்டுள்ளன.

கோளாறு

இந்தச் சொல் மிகப் பெரும்பான்மையும் றகரம் இரட்டிக்காத நிலையிலேயே வேற்றுமை உருபுகளை ஏற்பதை (கோளாறை, கோளாறால் முதலியவற்றை) காண முடிகிறது. ஒரு முறை மட்டும் றகரம் இரட்டித்து 'ஆல்' வேற்றுமை ஏற்று வந்துள்ளது.

சாறு

இந்தச் சொல் றகரம் இரட்டித்தும் இரட்டிக்காமலும் வேற்றுமை உருபு ஏற்கிறது. எனினும் இரட்டித்த நிலையில் வேற்றுமை ஏற்பதே அதிக-மாகக் காணப்படுகிறது. தரவில் சாற்றை **51** முறையும் சாறை **14** முறையும் சாற்றுடன், சாறுடன் ஆகிய இரண்டும் **4** முறையும் சாற்றில் **4** முறையும் சாறில் **2** முறையும் வந்துள்ளன.

சேறு

இதுவும் மிகப் பெரும்பான்மையும் றகரம் இரட்டித்த நிலையில் வேற்றுமை உருபு ஏற்கிறது. மிக அரிதாக றகரம் இரட்டிக்காமலும் வேற்றுமை உருபு ஏற்பதைத் தரவில் காண முடிகிறது. தரவில் சேறால் இரு முறை வந்துள்ளது.

ஞாயிறு

இந்தச் சொல் ஞாயிறில் என்று 3 முறை றகரம் இரட்டிக்காமல் வந்துள்ளது.

தகராறு

இந்தச் சொல் றகரம் இரட்டிக்காமல் தரவில் இல் உருபோடு 11 முறையும், 'ஐ' உருபோடு இணைந்து 10 முறையும் 'கு' உருபோடு 4 முறையும் 'உடன்' உருபோடு இணைந்து 1 முறையும் வந்துள்ளது.

தவறு

இந்தச் சொல் தரவில் 'ஐ', 'கு' ஆகிய இரு வேற்றுமை உருபுகளோடு றகரம் இரட்டிக்காத வடிவத்தில் மிகுதியாகவும் 'ஆல்', 'இன்', 'இல்' ஆகிய உருபுகளை ஏற்றுக் குறைவாகவும் வந்துள்ளது.

தவற்றை	17	தவறை	30
தவற்றுக்கு	3	தவறுக்கு	23
தவற்றால்	2	தவறால்	3
தவற்றின்	1	தவறின்	1
தவற்றில்		தவறில்	1

தவறு :
இரட்டிக்காமல்
வருவது
பெரும்பான்மை

இறுதி றகரம் இரட்டிக்காமல் வேற்றுமை உருபுகளை ஏற்கும் பெயர்ச்சொற்களில் தவறு கவனிக்கத் தகுந்ததாக உள்ளது.

மிடறு

இந்தச் சொல் றகரம் இரட்டிக்காமல் மிடறுக்காக என்ற வடிவில் ஒரு முறை தரவில் காணப்படுகிறது.

வயிறு

மிகப் பெரும்பான்மையும் றகரம் இரட்டித்த பின்பே வேற்றுமை உருபு ஏற்கிறது. மிக அரிதாகவே றகரம் இரட்டிக்காமல் வேற்றுமை உருபு ஏற்கிறது. தரவில் வயிற்றை **141** முறையும் வயிறை **2** முறையும் வயிற்றுடன் **5** முறையும் வயிறுடன் **1** முறையும் வயிற்றோடு **2** முறையும் வயிறோடு **1** முறையும் வந்துள்ளன.

வரலாறு

இதுவும் மிகப் பெரும்பான்மையும் றகரம் இரட்டித்த பின்பே வேற்றுமை உருபு ஏற்கிறது. மிக அரிதாகவே றகரம் இரட்டிக்காத நிலையில் வேற்றுமை உருபு ஏற்கிறது. தரவில் வரலாறை **3** முறையும் வரலாறுடன், வரலாறின் ஆகியவை ஒரு முறையும் வந்துள்ளன.

வல்லூறு

இந்தச் சொல் றகரம் இரட்டிக்காத நிலையிலேயே வேற்றுமை உருபுகளை ஏற்பது இயல்பாகத் தோன்றுகிறது. தரவில் இந்தச் சொல் 4 முறை மட்டுமே வந்துள்ளது. அவற்றுள் வல்லூறை, வல்லூறின் ஆகிய இரண்டும் ஒரு முறை வந்துள்ளன. வல்லூறு என்பதில் உள்ள இறுதி உகரம் கெடாமல் 'ஐ' உருபு ஏற்ற வல்லூறுவை என்பதும் ஒரு முறை வந்துள்ளது.

'று'வில் முடியும் அடையாறு, திருவையாறு, திருநள்ளாறு போன்ற ஊர்ப் பெயர்கள் றகரம் இரட்டித்தும் இரட்டிக்காமலும் வேற்றுமை உருபுகள் ஏற்று வருவதைக் காண முடிகிறது.

திருவையாறுக்கு/
திருவையாற்றுக்கு

ஜ

‘ஜ’ என்னும் இந்தக் கிரந்த எழுத்திற்கும் தமிழ் எழுத்தான ‘ஐ’ என்பதற்கும் உள்ள வடிவ ஒற்றுமையால் சிலர், குறிப்பாக மாணவர்கள், அவற்றின் வேறுபாட்டை உணர்ந்து எழுதத் தவறிவிடுகிறார்கள்.

தனியார் மேனிலைப் பள்ளி ஒன்றின் எட்டாம் வகுப்பு மாணவர்கள் 35 பேரில் ‘ஜ’வையும் ‘ஐ’யையும் சரியாக எழுதியவர்கள் 22 பேர்; தவறாக எழுதியவர்கள் 13. தவறாக எழுதியவர்களில் ‘ஜ’வுக்குப் பதிலாக ‘ஐ’ எழுதியவர்கள் 8; ஆனால், ‘ஐ’க்குப் பதிலாக ‘ஜ’ எழுதியவர்கள் இருவரே.

நகராட்சி மேனிலைப் பள்ளி ஒன்றின் பதினோராம் வகுப்பு மாணவர்கள் இருபத்தைந்து பேரும் ‘ஐ’யைச் சரியாகவே எழுதியுள்ளனர். ‘ஜ’வுக்குப் பதிலாக ‘ஐ’ எழுதியவர் மூவர்.

மாணவர்களிடையே தமிழ் எழுத்தான ‘ஐ’ பழக்கமான அளவிற்குக் கிரந்த எழுத்தான ‘ஜ’ பழக்கம் இல்லை என்பது தெரிகிறது.

குறிப்புகள்

குறிப்புகள்

குறிப்புகள்

குறிப்புகள்

குறிப்புகள்

குறிப்புகள்

குறிப்புகள்